சர்தார் வல்லபாய் பட்டேல்

D1679832

திருமலை விசாகன்

சத்யா

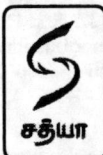

Title:
Sardar Vallabhai Patel
Thirumalai Visakan

ISBN: 978-93-92474-99-6
Title Code : Sathyaa - 072

நூல் தலைப்பு
சர்தார் வல்லபாய் பட்டேல்

நூல் ஆசிரியர்
திருமலை விசாகன்

முதற்பதிப்பு
ஜூன் 2024

விலை : ₹ 60

பக்கம் : 62

Printed in India

Published by

Sathyaa Enterprises
No.137, First Floor,
Choolaimedu,
Chennai - 600 094.
044 - 4507 4203

Email
sathyaabooks@gmail.com

உள்ளே...

1.	வல்லபாய் படேலின் ஆரம்ப நாட்கள்	4
2.	மனைவியின் மரணமும் வழக்கும்	8
3.	பாரிஸ்டராக வல்லபாய் படேல்	9
4.	காந்தி மீது கண்மூடித்தனமான பக்தி	10
5.	சாஹேப்.... நீங்களா இந்த நள்ளிரவில்	13
6.	விடுதலைப் போரில் வல்லபாய் படேலின் குடும்பம்	15
7.	படேலின் கோபம்	18
8.	பர்தோலிப் போராட்டம்	20
9.	தடையை மீறிப் பேசுவேன்	25
10.	சிறையிலிருந்து விடுதலை	28
11.	கராச்சி மாநாட்டில் காங்கிரஸ்	31
12.	படேலுக்கு இடம் அளிக்க விரும்பவில்லை	32
13.	ஜனாதிபதி யார்? - படேல் நேரு எதிரெதிர் முடிவுகள்	33
14.	எரவாடா சிறையில் காந்தியும் படேலும்	35
15.	தந்தையும் மகளும் சந்திப்பு	41
16.	காந்தியின் சீடர்கள்	43
17.	இந்தியாவை விட்டு வெளியேறும் வழியைப் பாருங்கள்	46
18.	நேருவைப் பற்றி படேல்	48
19.	விமான விபத்து	50
20.	கருத்து வேறுபாடுகளும் காந்தியின் மரணமும்	51
21.	சோசலிஷம் என்பது வெற்றுக் கூச்சல்	57
22.	நேருவின் தோளில் பெரியசுமை இருக்கிறது!	58

1. வல்லபாய் படேலின் ஆரம்ப நாட்கள்

படேலுக்கு அப்பாவின் அரவணைப்பு அதிகம். அவருடனேயே எப்போதும் ஒட்டிக் கொண்டிருப்பார் வல்லபாய் படேல்.

அப்பாவுக்கு ஆன்மீக விசய நாட்டம் அதிகம். சாமியார்களுக்கும் சாதுக்களுக்கும் அப்பா அதிகம் செலவிடுவது வழக்கம். படேலும் அப்பாவுடன் சென்று கோயில் குளங்களைச் சுற்றி வருவார்.

மற்ற சகோதரர்கள் ஐந்து வயதில் பள்ளி சென்றாலும் படேல் எட்டு வயதில்தான் பள்ளியில் சேர்க்கப்பட்டார்.

கரம் சாத் பகுதியில் இருந்த ஆரம்ப பள்ளியில் குஜராத்தியும் கணிதமும் படேல் கற்றார். எந்த ஒரு செய்தியையும் உன்னிப்பாக ஆழமாகப் படிக்கிற பழக்கம் படேலிடம் இருந்தது.

பின்னாளில் பாரிஸ்டர் படிப்பிற்கு இங்கிலாந்து செல்லும் கப்பல் பயணத்தில் பெரிய பெரிய சட்டப் புத்தகங்களை விரைவாகவும்

எளிதாகவும், ஆழமாகவும் படேல் கற்றுத் தெளிய அது பயன் பட்டது.

வழக்கறிஞராகப் பணியாற்றும் போதும் நீதிமன்றத்தில் முன் வைக்கப்படும் செய்தி ஆதாரங்களை ஊடுருவி தவறுகளைக் கண்டு பிடித்து பொய் சாட்சிகளை பொடிப் பொடியாக்கவும் இந்தப் பயிற்சியே படேலுக்கு துணையாக நின்றது.

ஆரம்பப் பள்ளியில் சேரும் போது எட்டு வயது ஆகிவிட்டதால் ஆங்கிலப் பள்ளிப் படிப்பை முடித்த போது அவருக்கு வயது பதினேழு.

படேலுக்கு திருமணம் செய்ய பெற்றோர்கள் முடிவு செய்தனர். தங்களது அந்தஸ்துக்கு குறைவான 'கானா' கிராமத்திலிருந்து படேலுக்கு ஒரு பெண்ணைத் தேர்வு செய்தனர்.

அந்த கிராமத்தைச் சேர்ந்த ஒன்பது வயதுச் சிறுமி ஜாவர்பா படேலின் மனைவியானார். திருமணம் முடிந்ததும் ஜாவர்பா கானாவுக்குத் திரும்பி விட்டார்.

படேல் மேல் படிப்பிற்காக பெட்லாட் பள்ளிக்குச் சென்றார். பள்ளிப்படிப்பின் போதே படேலிடம் பொதுநோக்கு சிந்தனை மலர்ந்திருந்தது.

பெட்லாட்டிலிருந்து தன்னுடைய ஊரான கரம்ஸாத் வரும்போது பள்ளிப் பருவத்தில் ஒரு சம்பவம் நிகழ்ந்தது.

வரும் வழியில் ஒரு வயல் அருகே பாறை ஒன்று குறுக்கே நகர்த்தி வைக்கப்பட்டிருப்பதை பார்த்தார் படேல்.

ஏதோ ஒரு வயலுக்கு தண்ணீர் செல்வதை தடுக்கும் முகமாகவே அப்பாறை குறுக்கே வைக்கப்பட்டிருப்பதை அறிந்த படேல் தான் ஒருவனாகவே நின்று அப்பாறையை நகர்த்தி அந்த வயலுக்கு தண்ணீர் போகுமாறு செய்து விட்டார்.

யாரையும் எதிர்நோக்காது தன் அறிவுக்கு பட்ட செயலை தீர்க்கத் துடன் செய்து முடிக்கும் பாங்கு படேலிடம் பரவிக் கிடப்பதை அந்நிகழ்வு எடுத்துக் காட்டியது.

படிக்கும் பருவத்தில் ஒரு ஆசிரியர் மாணவர்கள் தங்களுக்கு வேண்டிய புத்தகங்கள், பென்சில் முதலியவற்றை தன்னிடமே வாங்க வேண்டும் என்று வற்புறுத்தினார்.

ஆசிரியர் பாடசாலையில் வியாபாரியாக மாறுவதை வல்லபாய் படேல் எதிர்த்தார். மாணவர்களை ஒன்று திரட்டி கிளர்ச்சி செய்தார். இறுதியில் ஆசிரியர் புத்தக வியாபாரத்தை நிறுத்திக் கொண்டார்.

நாடியத்திலிருந்து மெட்ரிகுலேஷன் பள்ளிக்கு வல்லபாய் பரோடா சென்றார். வடமொழி என்றால் வல்லபாய்க்கு வேம்பு. எனவே வட மொழியிலிருந்து தன் தாய்மொழியான குஜராத்திக்கு மாறினார்.

குஜராத்தி மொழி கற்பித்த ஆசிரியர் பெயர் சோட்பாலால். இவர் மாணவர்களைப் பார்த்து 'வடமொழியிலிருந்து குஜராத்திக்கு மாறியிருக்கிறீர்களே, ஒருவருக்கு வடமொழிப் புலமை இல்லா விட்டால் குஜராத்தியம் நன்றாக இருக்காது என்பது தெரியுமா?' என்று வேடிக்கையாக கேட்டார்.

ஆசிரியரின் இந்தக் கேள்வி படேலுக்கு ஏற்புடையதாயில்லை. 'எல்லா மாணவர்களும் வடமொழி வகுப்பிற்கு சென்று விட்டால் உங்கள் குஜராத்தி வகுப்பிற்கு யார் வருவார்கள்? பிறகு நீங்கள் வேலையற்று வீட்டில் அல்லவா இருக்க நேரிடும்?' என்று வல்லபாய் படேல் திருப்பிக் கேட்டார்.

இதனால் வல்லபாய்க்கும் ஆசிரியருக்குமிடையே கசப்பு முற்றி இறுதியில் தலைமை ஆசிரியர் தலையிட்டு சமரசம் செய்து வைத்தார்.

வல்லபாய் படேல் மாணவராய் இருக்கும் போதே மக்களாட்சியின் அடித்தளமாக விளங்கும் உள்ளாட்சித் தேர்தலில் ஈடுபட்டார். மாணவர்களிடம் நன்மதிப்பைப் பெற்ற ஓர் ஆசிரியர் உள்ளூர் நகராட்சித் தேர்தலில் போட்டியிட்டார். ஆசிரியரை எதிர்த்து போட்டியிட்டவர் பணவசதியும் செல்வாக்கும் படைத்தவர். அவர் தேர்தலில் தனது வெற்றியைப் பற்றி மிகவும் உறுதியாக இருந்தார்.

தான் போட்டியில் தோற்று விட்டால் மீசையை எடுத்து விடுவேன் என்று சபதம் செய்தார்.

வல்லபாய் படேல் தன் மாணவத் தோழர்களுடன் இணைந்து ஆசிரியருக்கு ஆதரவாக தீவிர பிரசாரம் செய்தார். போட்டியில் ஆசிரியர் வென்றார்.

பிற்காலத்தில் காங்கிரஸ் இயக்கத்தின் மூத்த தலைவராக விளங்கி நாடு தழுவிய பிரசாரம் செய்து காங்கிரசை ஆட்சி பீடத்தில் அமர்த்திய வல்லபாய்க்கு அந்த நகராட்சி தேர்தல் ஒரு தொடக்கப் புள்ளியாக இருந்திருக்கிறது என்றே கூறலாம்.

ஏற்கனவே பம்பாய் சென்று சட்டம் படித்த மூத்த சகோதரர் வித்தல்பாய், பம்பாயிலேயே வழக்கறிஞராக இருந்தார்.

தனது தம்பி 'ப்ளீடர்' தேர்வில் வெற்றி பெற்றதும் தன்னுடன் வந்து தொழில் நடத்துமாறு பட்டேலை அழைத்தார்.

ஆனால் படேல் இணங்கவில்லை. குடும்பச் சூழலில் புறக்கணிக்கப் பட்டு ஒவ்வொரு நிலையிலும் தனது முயற்சியாலேயே முன்னேறி படேல் யாரையும் சார்ந்து வாழ விரும்பவில்லை. தனியாகவே தொழில் நடத்த விரும்பினார்.

எதற்கும் கலங்காத மன உறுதி கொண்ட படேல் பின்னாளில் 'இரும்பு மனிதர்' என்று தேசம் புகழக் காரணமாயிருந்தார்.

கோத்ராவில் தனது மனைவி ஜாவர்பாயுடன் தனிக்குடித்தனம் செய்து வந்த நான் 1901ல் மார்ச் மாதத்தில் கோத்ராவில் பிளேக் நோய் பரவியது. அது ஒரு மோசமான தொற்று நோயாகும்.

படேல் உடனடியாக தனது மனைவியையும் தன்னுடன் வசித்த இளைய சகோதரர் காஷிபாயையும் ஊருக்குத் திரும்புமாறு கூறினார்.

படேலை விட்டுவிட்டு இருவரும் போக சம்மதிக்கவில்லை. இறுதியில் இளைய சகோதரர் மட்டும் கோத்ராவை விட்டுச் சென்றார்.

2. மனைவியின் மரணமும் வழக்கும்

படேலின் நண்பர் ராம்ஜிபாய் பிளேக் நோயால் பீடிக்கப் பட்டபோது படேல் அவருக்கு உதவி செய்யப் போய் இவருக்கும் பிளேக் நோய் தொற்றிக் கொண்டது.

நண்பர் இறந்து விட்ட நிலையில் அவரது இறுதிச் சடங்குக்கு சென்று விட்டு திரும்பியபோது நோயின் தாக்கம் படேல் உணர்ந்தார்.

நாடியாட்டுக்கு உடனே புறப்பட்டுச் சென்ற படேல் அங்கே ஒரு சிதிலமடைந்த கோயிலில் போய் படுத்துக் கொண்டார். நோயின் தாக்கத்தை எதிர்த்து மன உறுதியுடன் போராடினார் படேல். எதனையும் எதிர்கொள்ளும் படேல் எமனையும் வென்றார்.

வல்லபாய் படேல் தன் வாதத் திறமையால் போர்ஸாத்தில் வழக்குரைஞர் தொழிலில் சிறந்து விளங்கினார்.

சட்ட நுண்ணறிவும், உலக அனுபவமும் அவர் வழக்குரைஞர் தொழிலில் மேன்மேலும் வளர்வதற்கு துணைபுரிந்தன.

பெரும்பாலும் அவர் போலீசுக்கு எதிராக வழக்குகளில் வாதாடு வார். தான் மேற்கொள்ளும் வழக்குகளில் ஆழ்ந்த கவனம் செலுத்துவார்.

போர்ஸாதில் வல்லபாய்க்கு 1904ம் ஆண்டு மணிஸன் என்ற பெண் குழந்தை பிறந்தது. 1905 நவம்பர் மாதம் தயாபாய் என்ற ஆண் குழந்தையும் பிறந்தது.

1908ம் ஆண்டு மத்தியில் வல்லபாய் படேலின் சகோதரர் வித்தல்பாய் லண்டனில் தன் சட்டப்படிப்பை முடித்துக் கொண்டு பாரிஸ்டராக திரும்பினார். மும்பையில் வழக்கறிஞராக தொழிலை தொடங்கினார்.

இந்த சமயத்தில் தான் வல்லபாய் படேலின் துணைவியார் ஜவேரி பாய் நோய்வாய்ப்பட்டார். வல்லபாய் தன் துணைவியாரை சிகிச்சைக்கு மும்பை அழைத்துச் சென்றார்.

இரு வாரங்கள் கழித்து ஜவேரிபாய்க்கு அறுவை சிகிச்சை செய்யலாம் என்று மருத்துவர் கூறியதை அடுத்து மருத்துவமனையில் சேர்த்துவிட்டு ஒரு வழக்கு தொடர்பாக ஆனிந்த் நகருக்கு சென்று விட்டார்.

1909 ஜனவரி 11ம் தேதி அந்த கொலை வழக்கு தொடர்பாக ஒரு சாட்சியை படேல் குறுக்கு விசாரணை செய்து கொண்டிருந்த போது அவரது மனைவி ஜவேரிபாய் இறந்து விட்டார் என்ற தந்தி கிடைத்தது வல்லபாய் அதிர்ச்சியடைந்தார்.

மரணத் தந்தியை மடித்து சட்டப்பையில் திணித்து விட்டு மன உறுதி யோடு அந்த வழக்கை தொடர்ந்து நடத்தி முடித்து விட்டு தான் மனைவி இறந்த செய்தியை மற்றவர்களிடம் பகிர்ந்து கொண்டார்.

வல்லபாய் படேல் தன்னுடைய குழந்தைகளான மணிபென், தயாபாய் இருவரையும் மும்பையிலுள்ள ஆசிரியை செல்வி வில்சனிடம் கல்வி பயில ஒப்படைத்து விட்டு 1910 ஆகஸ்ட் மாதம் பாரிஸ்டர் படிப்புக்கு லண்டன் சென்றார்.

பாரிஸ்டர் படிப்பை முடித்துக் கொண்டு வல்லபாய் படேல் 1913 பிப்ரவரியில் இந்தியா திரும்பினார்.

பாரிஸ்டர் படிப்பில் முதன்மையாகத் தேர்ச்சி பெற்ற வல்லபாய் படேலுக்கு மும்பை உயர்நீதிமன்ற தலைமை நீதிபதி பேசில் ஸ்காட், நீதிபதி பதவியை அளிக்க முன் வந்தார்.

ஆனால் வல்லபாய் நீதிபதி பதவியை ஏற்காமல் சுதந்திரமாக வழக்கறிஞர் தொழிலை நடத்த தீர்மானித்தார்.

3. பாரிஸ்டராக வல்லபாய் படேல்

அகமதாபாத் பாரிஸ்டராக மாறிய படேல் உடை விசயத்திலும் மாறுதல்களை செய்து கொண்டார். அவரது தோற்றம் இன்னும் மிடுக்காக மாறியது.

பட்டேலின் மகன் மணிபென்னுக்கு அப்போது ஒன்பது வயது சிறுவன் தயாபாய்க்கு ஏழரை வயது. குழந்தைகளை விட்டல் பாய் வீட்டில் விட்டு விட்டுத்தான் அகமாதாபாத் வந்து சேர்ந்தார் பட்டேல்.

அகமதாபாத்தில் பல கட்சிக்காரர்கள் பாரிஸ்டர் பட்டேலை எதிர்நோக்கி இருந்தனர். சட்ட நுணுக்கங்கள் தண்ணீர்பட்ட பாடாக இருந்தது பட்டேலுக்கு. சாட்சியைப் பார்க்கிற பார்வையி லேயே உண்மை வெளியே வந்து விடும். அதுவும் நியாயமில்லாமல் வழக்குகளை தயார் செய்து கொண்டு வரும் காவல் துறையின் மீது அவரது கோபம் மாறவே இல்லை.

ஒரு சமயம் கேதா மாவட்டத்தைச் சேர்ந்த இரண்டு பேருக்கு ஜாமீன் தரக்கூடாது என காவல்துறை தரப்பில் கூறப்பட்டது. அவர்கள் சொன்ன காரணம் குற்றவாளிகள் கேதா மாவட்டத்தைச் சேர்ந்தவர்கள் அவர்கள் அபாயமானவர்கள் என்று கூறியது.

வல்லபாய் பட்டேலும் கேதா மாவட்டத்தை சேர்ந்தவர்தான். குற்றத்தின் ஆதாரத்தை சொல்ல ஜாமீன் மறுப்பது சரியா அல்லது கேதா மாவட்டத்தை சொல்லி வாதாடுவது சரியா என்று கோபத் துடன் நீதிபதியை நோக்கி பட்டேல் கேட்க நீதிபதி மறுபேச்சு இன்றி ஜாமீன் வழங்கினார்.

வல்லபாயின் தந்தை 1914ல் காலமானார். சகோதரர் வித்தல்பாய் பணம் கொழிக்கும் பாரிஸ்டர் தொழிலை உதறிவிட்டு தேசப் பணியில் இறங்கினர். பட்டேல் மாதம் தோறும் சகோதரருக்கு பணம் கொடுத்து உதவி வந்தார்.

4. காந்தி மீது கண்மூடித்தனமான பக்தி

இமயம் முதல் குமரி வரை அனைவரும் இந்தியரே என்று ஒற்றுமை யுடன் வாழவும், 'ஏக இந்தியா' உருவாகவும் காரணமான தனிப் பெரும் தலைவர் சர்தார் வல்லபாய் பட்டேல்.

உலகம் முழுவதும் தங்கள் ஆதிக்கத்தின் கீழ் கொண்டு வரவேண்டும்

என்று பல நாடுகளை அடிமைப்படுத்திய ஆங்கில அரசையே கதி கலங்கச் செய்தார்.

இரும்பு மனிதர் இந்தியாவின் பீஸ்மார்க் என்றெல்லாம் புகழப் படுபவர் வல்லபாய் படேல். அவரது வாழ்க்கை வரலாறு என்பது தனிமனித வரலாறாக அமையவில்லை. இந்திய சுதந்திரப் போராட்ட வரலாறாகவே அது விரிந்தது.

அந்த அளவுக்கு படேல் இந்திய தேசத்தை நேசித்திருக்கிறார். தேக சுகம் நாடாமல் தேச சுகமே பெரிதெனக் கொண்டு இறுதி மூச்சு வரை பாடுபட்டிருக்கிறார் வல்லபாய்.

துண்டுகளாகக் கிடந்த நாடுகளை தன்னுடைய ஆளுமை திறத்தால் துணைக்கண்டமாக ஆக்கியவர் வல்லபாய் படேல்.

காந்தியடிகளின் மனதில் நீங்காத இடம் பெற்ற இரும்பு மனிதர் சர்தார். 'ஜவஹர்லால் நேரு ஒரு சிந்தனையாளர். வல்லபாய் படேல் ஒரு செயல் வீரர்' என்பார்கள்.

வல்லபாய் படேல் வளையாதவர். நேர்மையானவர். உள்ளொன்று வைத்துப் புறம் ஒன்று பேசத் தெரியாத உன்னதத் தலைவர். கடுமை யானவர். கரடுமுரடான விவசாயி. இக்காரணங்களால் சாதாரண மக்கள் அவரை நெருங்கவே அஞ்சினார்கள். தொண்டர்களும் சற்று விலகியே இருந்தார்கள்.

வெற்றுரைகளையும் விளம்பரத்தையும் விரும்பாத அவர் எதிரி களுக்கு சிம்ம சொப்பனமாக திகழ்ந்தார். செயல் ஒன்றையே குறிக்கோளாக கொண்டிருந்தார்.

1948 முதல் தன் இறுதிக்காலமான 1950 முடிய 40 மாதங்களில் வல்லபாய் படேல் நிகழ்த்திய சாதனைகள் உலக வரலாற்றில் வேறு எந்தத் தலைவராலும் நிகழ்த்தப் பெறாத அற்புத சாதனை ஆகும்.

'எதிரி எவ்வளவுக் கெவ்வளவு கடுமையாக நடந்து கொள்கிறாரோ நாம் அவ்வளவுக்கவ்வளவு அவர்கள் மீது அன்பு செலுத்த வேண்டும் அதுதான் சத்தியாகிரகத்தின் இலக்கணம் ஆகும்.

ஒவ்வொரு சத்தியாகிரகியும் இதைக் கடைப்பிடிக்க வேண்டும்' என்று காந்தியடிகள் கூறினார்.

திக்குத் தெரியாத காட்டில் போடப்பட்ட பாதைதான் சத்யாகிரகம் ஆகும். காந்தியடிகளின் சத்யாகிரகத்தை கிண்டல் செய்தவர்கள் பலர்.

'அரிசியில் கல் பொறுக்கினால் சுதந்திரம் கிடைத்துவிடும் என்பார் இந்த மனிதர்' என்று காந்தியகளைக் கேலி பேசியவர்தான் வல்லபாய் படேல். ஆனால் காலத்தின் ரஸவாதத்தை சீக்கிரமே புரிந்து கொண்டார் படேல்.

'காந்தியடிகளின் பாதம் இந்த குஜராத் மண்ணில் பட்டதால் புண்ணியம் பெற்றது' என்று பின்னர் வல்லபாய் படேலே நெகிழ்ந்து கூறினார்.

மக்களின் பெருமூச்சுக்கு இவரால் தான் விடிவுகாலம் பிறக்கும் என்னும் நம்பிக்கையுடன் காந்தியடிகளின் தலைமையை ஏற்றார் வல்லபாய்.

காந்தியடிகள் என்னை 'கிணற்றில் குதி என்றால் குதித்து விடுவேன்' என்று ஒரு பொது நிகழ்ச்சியில் பேசும் அளவுக்கு காந்தியடிகளின் நெருங்கிய தோழராக தொண்டராக வல்லபாய் மாறினார்.

சர்தார் படேலின் உறுதி, தலைவனுக்கு கட்டுப்படும் தன்மை, அளவான பேச்சு, செயல் வேகம் ஆகியவற்றைக் கண்டு காந்திஜீ வியந்தார். தன்னலமில்லாத அந்த தொண்டனை தனக்குத் துணை யாக வைத்துக் கொள்ள விரும்பினார்.

வரிகொடா இயக்கத்தை வழிநடத்தியதால் காந்திஜீயால் 'சர்தார்' என்று பட்டம் அளித்து பாராட்டப் பெற்றவர். அன்று முதல் அவர் சர்தார் வல்லபாய் படேல் ஆனார்.

படேலின் பேச்சு எப்போதும் சட்டமொழி யாகத்தின் விளங்கும். தேவையானவற்றைத் தான் பேசுவார். சுருக்கமாக பேசுவார். அளந்து பேசுவார்.

உழைப்பு என்றால் படேலுக்குப் பிரியம். தந்தை ஜாவேந்தர் பாய்க்கு சிறுவயதிலேயே துணையாக வயலில் வேலை செய்வார் படேல்.

விதை விதைத்தல், நாற்று நடுதல், கால்நடை பராமரிப்பு என விவசாயப் பணிகள் அத்தனையும் படேலுக்கு அத்துபடி.

தந்தை ஜாவேந்தர் பாய்க்கு 10 ஏக்கர் நிலம் சொந்தம். பட்டிடார் வம்சத்தில் ஆறு சமூகத்தவர் என்ற பிரிவில் விவசாயின் மகனாகவே பிறந்தார் இவர்.

குஜராத் மாநிலத்தில் அகமதாபத்துக்கும், பரோடாவுக்கும் இடையில் உள்ள நாடியாட் நகரத்தில் 1875ம் ஆண்டில் அக்டோபர் 31ம் தேதி படேல் தாயார் லாத்பா அம்மையாருக்கு மகனாகப் பிறந்தார்.

படேல் மூத்த பிள்ளையாகவும் இல்லாமல் கடைப் பிள்ளையாகவும் இல்லாமல் இடையில் பிறந்ததால் அம்மாவின் அரவணைப்பு அவ்வளவாக படேலுக்கு கிடைக்கவில்லை என்பதே உண்மை.

5. சாவேறப்.... நீங்களா இந்த நள்ளிரவில்

அகமதாபாத் நகராட்சியில் 1924ம் ஆண்டு வல்லபாய் படேல் நகராட்சித் தலைவராகத் தேர்ந்தெடுக்கப்பட்டார். நகராட்சியில் படேலின் நற்பணிகள் தொடர்ந்தன. படேல் நகராட்சித் தலைவராக நான்கு ஆண்டுகாலம் சிறப்பாக பணியாற்றினார்.

காந்தியச் சிந்தனைகளில் வாழ்ந்து கொண்டிருந்த படேல் அகமதாபாத் ரிப்பன் அரங்கிற்கு காந்தி அரங்கம் என்று பெயரிட்டார்.

நகராட்சிப் பள்ளிகளில் நூல் நூற்பு ஒரு பாடமாக சொல்லிக் கொடுக்கப்பட்டது. ஆசிரியர்களுக்கு சீருடை வழங்கப்பட்டது. அரசினர்க்கு இதெல்லாம் எரிச்சலைத் தந்தாலும் நகராட்சியின் சிறப்பான நிர்வாகத்தைப் பாராட்டாமல் இருக்க முடியவில்லை.

படேல் நகராட்சி உறுப்பினர்களுடன் இணைந்து ஆர்வத்துடனும், துடிப்புடனும் ஆக்கப் பணிகளில் ஈடுபட்டார். குஜராத் பிரதேச காங்கிரஸ் தலைவராகவும் அச்சமயம் படேல் திறம்பட பணியாற்றி வந்தார்.

விடிகாலைப் பொழுதில் எழுந்து நகர வீதிகளைச் சுற்றிப் பார்ப்பார். குடிநீர் வசதி, வடிகால் வசதி சரிவர உள்ளதா என்பதை அவ்வப்போது கண்டறிவார். பின்னர் அது பற்றி அதிகாரிகளிடம் கலந்தாலோசித்து தேவையான நடவடிக்கைகள் எடுப்பார்.

பின்னர் காங்கிரஸ் கட்சி அலுவலகம் செல்வார். கட்சிப் பணிகளில் தீவிரமாக ஈடுபடுவார். அதன் பின்னர் பிற்பகல் வேளையில் நகராட்சி அலுவலகம் சென்று விடுவார். அங்கு கையெழுத்திட வேண்டிய கோப்புகளை பார்வையிடுவார்.

படேல் காலத்தில் அகமதாபாத் நகராட்சி தூய்மையுடன் பளிச்சிட்டது. மாலை வேளையில் பொது நிகழ்ச்சிகளில் கலந்து கொள்வார்.

1927 ஜுலையில் அகமதாபாத் வரலாறு காணாத மழையைச் சந்தித்தது. ஜுலை 27ம் தேதி தொடங்கிய மழை ஐந்து நாட்கள் கொட்டித் தீர்த்தது.

கொட்டும் மழையில் மன உறுதியுடன் வெள்ள நிவாரண பணிகளை மேற்கொண்டார் படேல். காங்கிரஸ் கட்சித் தொண்டர்களையும் இந்த மீட்பு பணியில் ஈடுபடச் செய்தார்.

காங்கிரஸ் கட்சி வெறும் அரசியல் கட்சி மட்டுமல்ல. அது சமுதாயத் தொண்டு செய்து தன்னை அர்ப்பணித்துக் கொள்ளும் கட்சி என்று மக்களுக்கு புரிய வைத்தார்.

வல்லபாயின் செயல்பாடுகளில் நம்பிக்கை வைத்த நகர மக்கள் தாராளமாக நிதி வழங்கினர். மும்பை நகரம் பதின்மூன்று லட்சம் ரூபாய் வழங்கியது.

கொட்டும் மழையில் பல தெருக்களை கடந்து ஒரு நாள் நள்ளிரவில் ஹரிலால் கபாடியா என்ற வியாபாரியின் வீட்டுக் கதவைத் தட்டினார்.

கதவைத் திறந்த ஹரிலால் வியப்படைந்தார். 'சாஹேப் நீங்களா இந்நள்ளிரவில்..' எனக் கூவியவாறு அவருக்கு மாற்று ஆடைகளும் தேநீரும் கொடுத்தார்.

படேல் அவரைத் துணைக்கு அழைத்துக் கொண்டு இரவு முழுவதும் ஊரின் சேதாரங்களை பார்த்துக் கொண்டே பொழுது விடிந்ததும் நகராட்சி அலுவலகத்திற்கு போய்ச் சேர்ந்தார்.

படேலின் சகோதரர் வித்தல் பாய் தனது செல்வாக்கினால் வைஸ்ராய் மற்றும் அவரது துணைவியாரை அழைத்து வந்து பாதிக்கப்பட்ட பகுதிகளை காட்டினார். மக்கள் துயர் துடைக்க உடனடியாக ஒரு கோடி ரூபாய் நிதி உதவி அளித்தார்.

நிதியைப் பெற்ற வல்லபாய் நேரிய முறையில் அவற்றை மக்கள் நலப் பணிக்காக செலவிட்டார். வெள்ளத்தால் உடமைகளை இழந்தவர் களுக்கும் நஷ்டஈடு எளிதில் கிடைக்க வழி செய்தார்.

வல்லபாயின் அர்ப்பணிப்பு மனம் கண்டு மக்கள் அவரைப் போற்றி னார்கள். காந்தியடிகளும் வல்லபாய் படேலின் செயல் திறன் கண்டு மனம் திறந்து பாராட்டினார்.

வல்லபாயின் புகழ் நாளுக்கு நாள் வளரத் தொடங்கியது. பொறாமைக்காரர்களின் வயிற்றெரிச்சலும் வளரத் தொடங்கியது.

1927 நகராட்சித் தேர்தலில் வல்லபாயின் ஆதரவாளர்கள் பலர் நகர சபைத் தேர்தலில் தோல்வியைத் தழுவினார்கள். வல்லபாய் உடனடியாக தனது தலைவர் பதவியைத் துறந்தார்.

௬. விடுதலைப் போரில் வல்லபாய் படேலின் குடும்பம்

'படேலின் இடத்திற்கு இன்னொருவர் வரலாம். ஆனால் யாரும் படேலாக முடியாது'

சர்தார் வல்லபாய் படேல் மரணத்தின் போது ஒரு பத்திரிகை இவ்வாறு எழுதியது. அது எவ்வளவு பெரிய உண்மை!

பல தேசத் தலைவர்களுக்கு கிடைக்காத ஒரு பெறும் பேறு சர்தார் வல்லபாய் படேலுக்கு கிடைத்தது. ஆம் படேலைப் போலவே படேலின் தந்தையும் சுதந்திரப் போராட்டத்தில் பங்கேற்றிருக்கிறார்.

இந்திய விடுதலைப் போரில் முதல் நிகழ்வாக ஏற்றுக் கொள்ளப் பட்டது சிப்பாய் புரட்சி. அதில் வீரமங்கை ஜான்சிராணி லஷ்மிபாய் ஆங்கிலக் கிழக்கிந்திய கம்பெனி வீரர்களுக்கு எதிராக வீராவேசமாகப் போரிட்டார்.

வாரிசு இல்லாமல் போன அரசி, சுவீகார மகனுக்கு பட்டம் கட்டக் கூடாது என்று ஆறாயிரம் மைல்களுக்கு அப்பாலிருந்து வந்த வெள்ளையரின் ஆட்சி அறிவித்தது.

இதனைக் கேள்விப்பட்ட ஜான்சி ராணிக்கு ஆவேசம் வந்தது. வீரத்துடன் போரிட்டார். போரில் ஜான்சிராணி கொல்லப்பட்டார். அவரது படைவீரர்கள் நிலை குலைந்து போனார்கள்.

ஜான்சிராணி படையில் இருந்த வீரர்களுள் ஒருவர் தான் படேலின் தந்தை ஜாவேரிபாய்.

ஜாவேரிபாய் இந்தூர் மன்னர் மல்லாரி ராவிடம் வந்தார். அவரோ வெள்ளையாருக்கு பயந்தவர். லக்ஷ்மி பாய் படையில் பணியாற்றிய வீரரை வரவேற்கலாமா உதவி செய்யலாமா என்று யோசித்தால் மறுத்திருக்கலாம் அல்லது விரட்டி அடித்திருக்கலாம் ஆனால் ஜாவேரி பாயை சிறையில் அடைத்து விட்டார்.

சதுரங்கமோ சோழியோ ஆடுபவர்களைவிட பக்கத்தில் இருந்து பார்ப்பவர்களுக்கு ஈடுபாடு அதிகமாக இருக்கும். அப்படித்தான் அரசர் தன் நண்பருடன் ஆடிக் கொண்டிருந்தார் சொக்கட்டான் ஆட்டம். அதனை சிறைக் கைதியாக இருந்தபடி பார்த்துக் கொண்டிருந்த ஜாவேரிபாய்க்கு உற்சாகம் வந்தது.

அரசர் ஒரு காயை தவறாக நகர்த்தவிருந்தார். நகர்த்தி இருந்தால் அரசன் தோற்றிருப்பார். தோல்வி நிச்சயம். ஆனால் அரசரைத் தோற்க விடலாமா?

'அரசே அந்த காயை நகர்த்தாதீர்கள்?' என்று சிறைக்கைதி ஜாவேரிபாயிடமிருந்து உரத்த குரலில் வந்தது.

அரசருக்கும் தன்னுடைய தவறு புரிந்தது. ஜாவேரி பாய் சொன்னது சரிதான். சாதாரணமாக ஆட்டத்தில் ஆடுபவருக்கு வெளியிலிருந்து யாரும் ஆலோசனை சொல்ல விட மாட்டார்கள். ஆனால் அரசருக்கு சொல்வதை தடுக்க முடியுமா?

ஜாவேரிபாய் சொன்ன ஆலோசனையால் அரசர் வெற்றி பெற்றார். வெற்றிக்கு உதவியவருக்கு பரிசு விடுதலை. விடுதலை பெற்ற ஜாவேரிபாய் மூன்று வருடம் கழித்து தன் குடும்பத்துடன் ஒன்று சேர்ந்தார்.

சிப்பாய் புரட்சியில் பங்கு பெற்ற தன்னுடைய அப்பா மூலம் வல்லபாய் படேலுக்கு அடிமை இந்தியாவின் அவலம் புரிந்தது. ஆனாலும் படேல் தன்னுடைய மாணவப் பருவத்தில் குறிப்பாக எந்த அரசியல் காரியத்திலும் ஈடுபடவில்லை.

படேலின் சகோதரர் வித்தல்பாய் அப்போது தேசிய அரசியலில் காலூன்றி இருந்தார்.

காந்தி, நேரு போன்றவர்களாவது இங்கிலாந்தில் இருந்தபோதே இந்திய தேசிய அரசியல் பற்றி அறிந்திருந்தார்கள். ஓரளவு ஆர்வம் கொண்டிருந்தார்கள். கோகலே, லாலா லஜபதிராய் ஆகியோர் பேச்சைக் கேட்டிருந்தார்கள்.

ஆனால் படேலுக்கோ அரசியலில் விடுதலைப் போர் வரை முதலில் எந்தவித ஆர்வமும் இல்லாத நிலைதான் இருந்தது. தான் உண்டு தன் வேலை உண்டு என்று இருந்தார்.

இந்திய விடுதலை நெருப்பு பற்றி எரிந்த போது காந்திஜியை பார்த்து 'ஆயுதமில்லாமல் போரா?' என்று அலட்சியமாக சிரித்த இந்த இரும்பு மனிதர் படேல் தான், கடைசி வரை காந்திஜியின் இன்னொரு தளபதியாக இருந்து காந்திய பாதைக்கு மிக வலுவான ஆதாரமாக விளங்கினார்.

நேருவுக்கு படேல் நண்பரும் போட்டியாளரும் தான். ஆனால் தேச பக்தர்களுக்கு அவர் விடுதலைப் போரின் இணையற்ற வீரர்.

இந்தியாவை நேசிப்பவர். மக்கள் தொண்டர். கூர்மையான அறிவுத் திறனும் மாபெரும் சாதனைகளும் கொண்டவர் என்பதில் எவருக்கும் சந்தேகமிருக்க முடியாது.

காந்தியின் சீடர் என்ற முறையில் அவர் வாக்கை பெரும்பாலும் வேதவாக்காகவே படேல் ஏற்றார்.

காந்திஜி நேருவைத் தன் வாரிசாக ஏற்றுக் கொண்டது பற்றி படேல் வருத்தப்படவில்லை. காந்தி சொன்னதை அப்படியே ஏற்றுக் கொண்டு கடைப்பிடித்தார்.

7. படேலின் கோபம்

சூடான சொற்களின் சொந்தக்காரரர் என படேலைச் சொல் வார்கள். அத்தகைய பதிலடியைக் கண்டுதான் பிரிவினை வாதிகள் பயந்தார்கள்.

பணக்காரர்களின் சிநேகிதர் படேல் என்று அவரது எதிரிகள் பிரச்சாரம் செய்து வந்தனர். அம்பானியும், பிர்லாவும் படேலுடன் காலை உலாவில் நடந்து செல்வது வழக்கம்.

காங்கிரசின் தேர்தல் நிதிக்கும், விவசாயிகளின் புனர் வாழ்வுக்கும் டாட்டாவும், பிர்லாவும் வாரி வழங்கினர். ஆனால் படேல் அவர் களிடம் எந்த நன்மையையும் தனக்கென பெற்றுக் கொண்ட தில்லை.

சோஷலிஸ்டுகள் காங்கிரஸ்காரர்களை எப்போதும் குறைசொல்லிக் கொண்டிருந்தார்கள். ஒரு பணக்காரர் பெயரைச் சொல்லி அவரது சொத்துக்களை எல்லாம் முதல் வேலையாக பறிமுதல் செய்து எல்லோருக்கும் பிரித்துக் கொடுங்கள் என்று ஒரு பேச்சாளர் அடிக்கடி சொல்லிக் கொண்டிருந்தார்.

சோஷலிஸ்டுகளின் வெற்றுக் கூச்சலில் படேலுக்கு எப்போதும் நம்பிக்கையில்லை. ஒரு சமயம் அந்தப் பேச்சாளரைப் பார்த்து 'நீங்கள் குறிப்பிடும் அந்த நபரின் சொத்து மதிப்பு எவ்வளவு என

எனக்குத் தெரியும். அதை மொத்த ஜனத்தொகையால் வகுத்தால் உங்கள் பங்கிற்கு நாலணா வரும். இந்தாருங்கள் நாலணா. முதலில் பேசுவதை நிறுத்துங்கள்' என்றார்.

இரண்டாம் முறையாக காங்கிரஸ் தலைமைக்கு போட்டி போட வேண்டாம் என மகாத்மா கேட்டுக் கொண்டும் அதை மீறிப் போட்டியிட்டு வெற்றி பெற்றார் நேதாஜி. ஆனாலும் காங்கிரஸ் செயற்குழு ஒத்துழைக்காததால் நேதாஜி பதவி விலகினார்.

நேதாஜியின் கோபம் எல்லாம் படேல் மீது மையம் கொண்டது. வங்கம் தந்த சிங்கம் என்று புகழப்பட்ட நேதாஜி. 'ஜனநாயகம் தெரியாதவர்' என்று படேலைச் சாடினார்.

சிங்கம் என்றால் பிறக்கும் போதே அரசனாகப் பிறக்கும். தேர்தலில் நின்று ஜெயிப்பதில்லை என்று படேல் பதிலடி கொடுத்தார்.

படேல் விவசாயிகளின் நண்பராக இருந்தார். அவரைப் போல விவசாயிகளிடம் பற்றுக் கொண்ட தலைவர்கள் மிகக்குறைவு.

ஒவ்வொரு முறையும் சிறைவாசம் முடிந்தவுடன் அவர் கவலை எல்லாம் விவசாயிகளைப் பற்றியதாகவே இருக்கும். அவர்களுக் காக நிதி திரட்டுவார்.

காந்தி இர்வின் ஒப்பந்தத்தில் விவசாயிகளிடமிருந்து கைப்பற்றப் பட்டு விற்கப்பட்ட நிலங்கள் குறித்து எந்தக் குறிப்பும் இல்லாதது பற்றி மகாத்மாவுடன் வாக்குவாதத்தில் ஈடுபட்டார்.

ஒரு சமயம் படேல் விடுதலை செய்யப்படுவதை எதிர்த்து குறிப்பு வைக்கப்பட்டது. விடுதலை ஆனவுடன் முதல் வேலையாக விவசாயிகள் போராட்டத்தை தொடங்குவார். எனவே விடுதலை செய்யக் கூடாது என்று எதிர்ப்பு குரல் எழுந்தது. அந்த அளவு அவரது விவசாய ஈடுபாடு அனைவருக்கும் தெரிந்ததாகவே இருந்தது.

பாகிஸ்தான் பிரிவினையாகும் சமயத்தில் இந்தியாவில் உள்ள ஐந்து அரசு அச்சகங்களில் ஒன்றை லாகூருக்கு மாற்ற வேண்டும் என மவுண்ட் பேட்டன் கூறினார். படேல் அதனைத் தட்டிக் கழித்தார்.

இங்கிருந்து போனவர்களுக்கு ஒரு அச்சகத்தையாவது கொடுக்க

வேண்டாமா என்று மவுண்ட் பேட்டன் குரலை உயர்த்தினார். 'பாகிஸ்தானை யார் பிரிந்து போகச் சொன்னது?' என்றார் படேல். மவுண்ட் பேட்டன் வாயைத் திறக்கவில்லை.

8. பர்தோலிப் போராட்டம்

படேலின் வாழ்வில் பர்தோலி போராட்டம் ஒரு மைல் கல்லாக அமைந்தது.

'பர்தோலியில் போல்ஷேவிஸம் இயங்குகிறது. வல்லபாய் படேல் தான் அங்கு லெனின்' என்று ஆங்கில நாளேடு 'டைம்ஸ் ஆஃப் இந்தியா' எழுதியது.

'பர்தோலியின் சர்தார்' என்று காந்தியடிகள் வல்லபாயைக் கௌரவித்தார். சர்தார் என்றால் தலைவர். ஆம் பர்தோலியின் சர்தார் பார் முழுவதும் தன்னைத் திரும்பிப் பார்க்கச் செய்து சர்தார் ஆனார்.

இந்திய நாடே அவரைத் தலைவராக ஏற்றுக் கொண்டது.

பர்தோலி குஜராத்தில் மிகவும் செழிப்புடன் விளங்கிய பகுதி யாகும். பர்தோலியின் கரிசல் மண் பிரதேசம் நல்ல விளைச்சலைத் தந்தது.

விளைச்சலைப் பயன்படுத்தி வரிவிதிப்பில் அரசு அதிகப்படியாக நடந்து கொண்டது. 1928 முதலே வரியைக் குறைக்க வேண்டு மென்று விவசாயிகள் முறையிட்டுக் கொண்டிருந்தார்கள்.

ஆனால் அரசு செவி சாய்க்கவில்லை. வளமான பகுதி என்றாலும் தேவையில்லாமல் அதிக அளவு வசூலித்தலில் விவசாயிகளுக்கு பாதிப்பு ஏற்பட்டது. ஜனவரியில் வரி இருபத்திரண்டு சதவீதமாக உயர்ந்தது.

அடிமேல் அடி விழுந்து வரிவிதிப்பால் பாதிப்படைந்த விவசாயிகள் படேலிடம் சரண் அடைந்தார்கள்.

அவர்கள் கூறியதை எல்லாம் படேல் பொறுமையாக கேட்டார்.

'எனக்கு ஆதாரபூர்வமான புள்ளி விபரம் தேவை. உங்களில் முக்கியமானவர்கள் நான்கு பேர் பர்தோலி முழுவதும் பயணம் செய்து உண்மை நிலையை கண்டறியுங்கள்.

வரி மறுப்பு போராட்டத்திற்கு தயாரா என்பதையும் அதன் விளைவாக அரசு எடுக்கும் நடவடிக்கையினை எதிர்கொள்ள தயாரா? என்பதையும் தீர விசாரியுங்கள். பிறகு என்னிடத்தில் அறிக்கை கொடுங்கள்' என்றார் படேல்.

போராட்டத்திற்கு தலைமை கிடைத்து விட்ட மகிழ்ச்சியில் விவசாயப் பிரதிநிதிகள் சுற்றுப்பயணம் மேற்கொண்டனர். அறிக்கையும் கொடுத்தனர்.

போராட்டத்திற்கு மக்கள் தயார் என்பதை பூரணமாக அறிந்து கொண்ட படேல், மகாத்மா காந்தியின் சம்மதத்தை நாடினார்.

போராட்டப் பிரதிநிதிகள் காந்திஜியை சந்தித்தனர். போராட்ட அடிப்படை நியாயமானது என்பதை மகாத்மா காந்தி புரிந்து கொண்டார். போராட்டத்தை நடத்த வல்லபாய் படேலுக்கு அனுமதி கொடுத்தார்.

படேல் அவசரப்படவில்லை. அவரே பர்தோலிக்கு நேரில் சென்றார். எழுபத்தி ஒன்பது கிராமப் பிரதிநிதிகளுடன் தனி அறையில் கூட்டம் நடத்தினார்.

சில கிராமங்களில் பெண்களிடம் கேள்வி கேட்டார்.

"உங்கள் கால்நடைகளை அரசு கைப்பற்றினால் என்ன செய்வீர்கள்?"

"ஒரு நாளும் கவலைப்பட மாட்டோம்."

"ஒரு வேளை உங்களுக்குத் தெரியாமல் உங்கள் கணவன்மார்கள் வரி செலுத்தி விட்டால்....?"

"அவர்களை வீட்டுக்குள்ளே சேர்க்க மாட்டோம்."

"இது விசயமாக உறுதியுடன் இருப்பீர்களா?"

"நிச்சயமாக...."

அவர்களிடம் பெற்ற தெளிவான வாக்கு மூலம் படேலுக்கு நம்பிக்கையூட்டியது. பம்பாய் கவர்னருக்கு கடிதம் அனுப்பினார் படேல்.

பர்தோலியில் நிலவும் வரிச்சுமை பற்றி ஆராய உடனடியாக ஓர் விசாரணைக் குழுவை அமைக்க வேண்டும். இல்லையெனில் வரியைச் செலுத்தாதிருக்குமாறு விவசாயிகள் கேட்டுக் கொள்ளப் படுவார்கள். இதனுடைய விளைவுகளைப் பற்றி அவர்கள் கவலைப் பட மாட்டார்கள். இது குறித்து நேரில் சந்திக்கலாமெனில் நான் அதற்கும் தயார் என்று அந்தக் கடிதத்தில் படேல் குறிப்பிட்டிருந்தார்.

ஆனால் அரசு அதனை கருத்தில் கொள்ளாது வேறு மாதிரியான உத்தரவை அனுப்பியது. அதிகரிக்கப்பட்ட வரியின் முதல் தவணை பிப்ரவரி 15ம் தேதிக்குள் செலுத்தப்பட வேண்டும் என்று அதில் குறிப்பிட்டிருந்தது.

பிப்ரவரி 12ம் நாள் படேல் கிராமப் பிரதிநிதிகளிடம் மறுபடியும் பேச்சு நடத்தினார்.

'இது உங்களுக்கான போராட்டம். நீங்களே விவாதித்து முடிவு செய்யுங்கள் இதில் என் கருத்து எதுவும் இல்லை. இங்கே விவாதிக்கும் முக்கிய நபர்களை அரசு கைது செய்யக்கூடும் தீர்மானம் கொண்டு வரும் விவசாயிகளின் நிலங்களை அரசு கைப்பற்றக்கூடும். இதையெல்லாம் எதிர்கொள்ள உங்களுக்குத் துணி விருந்தால் தாராளமாக தீர்மானம் கொண்டு வாருங்கள்' என்றார் படேல்.

காந்திய வழியில் மக்களைப் போராட்டத்திற்கு தயார் செய்வதில் படேலுக்கு நிகர் யாருமில்லை என்பதைச் சொல்லும் அணுகுமுறையாக இது வெற்றி பெற்றது.

ஒரு விவசாயி எழுந்து தீர்மானத்தை முன் மொழிந்தார். வரிவிதிப்பை அரசு திரும்பப் பெற வேண்டும் அல்லது இதற்கான விசாரணைக் குழுவை நியமிக்க வேண்டும். அதுவரை யாரும் வரி செலுத்த வேண்டாம்.

இதனை ஒவ்வொரு இனத்தின் சார்பிலும் ஒவ்வொருவர் வழி மொழிந்தனர்.

சூத்திர தாரி படேல் இப்போது செயல்பட தொங்கினார். பனிரெண்டு முக்கிய கிராமங்களில் போராட்ட முகாம்கள் அமைக்கப்பட்டன.

போராட்டச் செய்திகள் மற்றும் படேலின் சொற்பொழிவுகள் சூரத்தில் அச்சாகி முகாம்கள் மூலம் மக்களுக்கு கொடுக்கப்பட்டன.

படேலின் மகள் மணிஸன் மற்றும் முக்கிய பிரதிநிதிகளின் துணைவியார் முகாம்களை பார்த்துக் கொண்டனர்.

முன்னரே பர்தோலியில் நிர்மாணிக்கப்பட்ட 'சுயராஜ்ய ஆசிரமம்' இப்போராட்டத்தில் பெரும் பங்கு வகித்தது. பொதுமக்கள் பலரும் தாமாகவே முன் வந்து முகாம்களில் பணியாற்றினர்.

போராட்ட வளர்ச்சியைக் கண்டு எரிச்சலடைந்த பம்பாய் அரசின் வருவாய்த்துறைச் செயலாளர் ஜெ.டபிள்யு. ஸ்மித் ஒரு கடிதம் எழுதினார்.

'பர்தோலி மக்களோ அல்லது சில வெளி மனிதர்களோ நடத்தும் போராட்டத்தில் வரிகட்டுவதற்கு தடங்கல் ஏற்பட்டால் அரசு பார்த்துக் கொண்டிராது. சட்டம் தனது வேலையைச் செய்யும்' என்று குறிப்பிட்டிருந்த கடிதத்தில் வெளி மனிதர் என்று தன்னைத் தான் கூறுகிறார் என்பதை படேல் புரிந்து கொண்டார்.

'இன்றைக்கு அரசாங்கம் நடத்தும் நீங்கள் தான் வெளிமனிதர்கள் நானல்ல என்பதை முதலில் புரிந்து கொள்ளுங்கள்' என்று படேல் சூடாகப் பதில் அளித்தார்.

'விவசாயி என்பவன் யார்? ஒரு சிறிய நிலமும் ஒரு எருதோ, ஒரு எருமையோ வைத்து ஜீவனம் நடத்துபவன். சேற்றில் இறங்கிச் செயல்படுபவன். சூரிய வெப்பத்தில் குளிப்பவன். புழுதியோடு போராடுபவன் பூச்சிகளும் விஷத் தேரைகளும் செய்யும் பாதிப்பு களை வாழ்க்கையில் தாங்கிக் கொள்பவர் இவனது நிலத்தை அபகரிப்பதா? இவனது கால்நடையை களவாடுவதா? காவல்

நிலையத்தில் கட்டப்பட்டிருக்கிற இந்த மாடுகளின் கதறல் தான் போராட்ட முழக்கங்கள்....'

பட்டேலின் இந்த பரபரப்பான பேச்சு பத்திரிக்கையில் எதிரொலித்தது. 1928 ஏப்ரலில் நாடெங்கும் இது பற்றியே பேசப் பட்டது.

சாமானிய விவசாயிகளின் சர்தார் என்று ஆங்காங்கே மக்கள் முழங்கினர்.

பர்தேலி போராட்டம் தலைவர்களால் மேற்கோள் காட்டப் பட்டது. இந்தியாவில் விவசாயிகளின் ஒட்டுமொத்த வரி மறுப்புக்கு அரசு பணிந்தது. புதிதாக ஏற்படுத்தப்பட்ட வரிவிதிப்பை அரசு கை விடுவதாக அறிவித்தது.

சிறையில் இருந்த விவசாயிகள் விடுவிக்கப்பட்டனர். கைப்பற்றப் பட்டு விற்கப்படாமல் இருந்த நிலங்கள் திருப்பிக் கொடுக்கப் பட்டன. எனவே தொடக்கத்தில் இருந்த விகிதப்படி விவசாயிகள் வரி செலுத்துவார்கள் என்று பட்டேல் அறிவித்தார்.

'பட்டேலின் சத்திய கிரகத்துக்கு எதிரான வேறொரு ஆயுதம் அரசிடம் இல்லை' என்று ஒப்புக் கொண்டார் பம்பாய் கவர்னர் லெஸ்ஸி வில்ஸன்.

இந்திய சரித்திரத்தின் உன்னத அத்தியாயம் என்று பட்டேலை ராஜாஜி மனதார புகழ்ந்தார்.

பம்பாயில் கதர் அங்காடித் திறப்பு விழாவில் கலந்து கொண்ட பட்டேல் 'நான் விவசாயிகளுக்கு துன்பம் தருவதாகவும் அவர்களது குடும்பங்களை அழிப்பதாகவும் ஒரு குற்றச்சாட்டு உள்ளது. வரி மறுக்கும் போராட்டத்தின் மூலம் ஒரு விவசாயி துன்பம் அடைந்தால், அது விடுதலை வேள்வித் தீ சுடர்விட அவன் ஒரு பொறியாக உதவியிருக்கிறான் என்று பொருள்" என முழங்கினார்.

இந்த வீர உரைக்காக மூன்றாவது முறையாக பட்டேலைக் கைது செய்தனர். எரவாடா சிறைக்குப் போகும் முன் ராஜேந்திரப் பிரசாத்தை அடுத்த தலைவராக பட்டேல் அறிவித்தார்.

1931 பிப்ரவரியில் காந்தி இர்வின் ஒப்பந்தம் ஏற்பட்டது. அதன்படி நாடு முழுவதும் காங்கிரஸ் தலைவர்கள் மற்றும் சத்தியாகிரகத் தொண்டர்கள் விடுதலை அடைந்தனர்.

போராட்ட வீரர்களை ஒடுக்குவதற்காக கொண்டு வரப்பட்ட அவசரச் சட்டங்கள் திரும்பப் பெறப்பட்டன.

ஏற்கனவே விவசாயப் போராட்டத்தில் கைப்பற்றப்பட்டு விற்கப் பட்ட நிலங்களை திருப்பித் தருவது பற்றி ஒப்பந்தத்தில் ஏதும் இல்லை. இது படேலுக்கு ஏமாற்றத்தைத் தந்தது.

൯. தடையை மீறிப் பேசுவேன்

சர்தார் வல்லபாய் படேலை கைது செய்ய சரியான சந்தர்ப்பத்திற் காக ஆங்கிலேய அரசு காத்துக் கொண்டிருந்தது.

1930ல் காந்திஜி உப்புசத்தியாகிரகத்திற்கு படேல் திட்டம் வகுத்துக் கொண்டிருந்த நேரம். அத்திட்டம் செயல்படுமானால் அநேகமாக முக்கியத் தலைவர்கள் தொண்டர்கள் கைது செய்யப்படுவார்கள் என படேல் எதிர்பார்த்தார்.

முன்னர் 1922ல் சௌரிசௌரா காவல் நிலைய சம்பவத்திற்குப் பிறகு காந்திஜி போராட்டத்தை நிறுத்தினார். அதனால் பல காங்கிரஸ் தலைவர்களும் தொண்டர்களும் அதிருப்தி அடைந்தனர். அந்த சந்தர்ப்பத்தை பயன்படுத்தி மகாத்மா காந்தியை கைது செய்து ஆறு ஆண்டுகள் தண்டனையை அரசு அளித்தது.

அப்போது லண்டனில் 'காந்திஜியைக் கைது செய்த போது ஒரு நாய்கூடக் குரைக்கவில்லை' எனக் கேலி பேசப்பட்டது.

எனவே இப்போது காந்திஜி கைது செய்யப்பட்டால் தான் வெளியே இருந்து சிறை நிரப்பும். போராட்டத்தை நடத்தப் படேல் திட்டமிட்டிருந்தார்.

ஆகவே உப்புசத்தியாகிரக போராட்ட அறிவிப்பு மற்றும்

ஆலோசனைக் கூட்டங்களில் பங்கு பெறாமல் படேல் விலகி இருந்தார்.

கேதா மாவட்ட கலெக்டராக இருந்த புத்தி கூர்மைமிக்க ஆல்பிரட் மாஸ்டர் இதை எப்படியோ ஊகித்து விட்டார்.

ஆரம்பத்திலேயே படேலைக் கைது செய்து காந்திஜியிடமிருந்து பிரித்து விடச் சந்தர்ப்பத்தை எதிர் நோக்கியிருந்தார்.

யாரும் எதிர்பாராத விதமாக படேலே ஏமாறும் விதத்தில் ஆல்பிரட் மாஸ்டர் தனது திட்டத்தை செயல்படுத்தினர்.

1930 மார்ச் 7ல் படேல் போர்ஸாத் தாலுகா கனகபுராவில் பேசுவதாக இருந்தது. அதற்காக சென்று கொண்டிருந்தபோது ராஸ் பகுதியில் மக்கள் அவரைப் பேச வேண்டும் என்று வற்புறுத்திக் கேட்டுக் கொண்டனர்.

பகல் உணவிற்குப் பிறகு பேசுவதாக படேல் கூறினார். அவ்வாறே ஊரில் அறிவிப்பு செய்யப்பட்டது. மக்களும் குழுமினர்.

படேல் மேடையில் இருந்தார். அப்போது கலெக்டர் சார்பாக ஒரு மாஜிஸ்திரேட் அவர் பேசக்கூடாது என்பதற்கான தடையுத்தரவை நீட்டினார். தடையை மீறிப் பேசுவேன் என்றார் படேல். அப்படியானால் உங்களைக் கைது செய்கிறேன் என்றார் மாஜிஸ்திரேட்.

படேல் கூட்டத்தில் இருந்து எழுந்து நடந்தார். விசாரணையை கலெக்டர் மாஸ்டரே நடத்தினார். அறையில் படேல், கலெக்டர், அவரைக் கைது செய்த அதிகாரி மூவர் மட்டுமே இருந்தனர்.

படேலுக்கு மூன்று மாத வெறுங் காவல் சிறையும் ரூபாய ஐநூறு அபராதமும் அபராதம் கட்டத் தவறினார் மூன்று வார வெறுங் காவல் தண்டனையும் விதிக்கப்பட்டது.

சிறையில் அவர் சாதாரண கைதி போல நடத்தப்பட்டார். படேலை சபர்மதி சிறைச்சாலையில் அடைத்தார்கள். கொலைக் குற்றவாளிகளோடு அவர் சிறை வைக்கப்பட்டார். ஒரே அறையில் எட்டுப் பேர் அடைக்கப்பட்டிருந்தனர்.

மகாதேவ தேசாய் சிறையில் வந்து படேலைச் சந்தித்து சிறைக் கொடுமைகளை அவரது பத்திரிகையில் எழுதினார்.

தண்டனைக்காலம் முடிந்து படேல் விடுதலையானார். ஆனால் அப்போது காந்திஜீ, ஜவஹர்லால் நேரு ஆகியோர் சிறையில் இருந்தனர்.

காங்கிரஸ் தலைவராக இருந்த ஜவஹர்லால் நேரு தமது தந்தை யிடம் பொறுப்பை ஒப்படைத்து விட்டு, சிறைக்கு சென்றிருந்தார்.

அதன் பின்னர் மோதிலால் நேரு கைதானபோது படேல் அவரிட மிருந்து பொறுப்பை ஏற்றுக் கொண்டார்.

1930 ஜூலை 31ல் பம்பாயில் லோக மான்ய திலகர் நினைவு தினம் நடைபெற்றது. அப்போது நடைபெற்ற ஊர்வலத்தில் படேல், மாளவியா, மணிபென் ஆகியோர் கலந்து கொண்டனர்.

அவர்களைக் கலைந்து போகுமாறு காவல்துறை எச்சரித்தது. ஆனால் படேலும் மற்ற இருவரும் ஊர்வலத்தாரோடும் சாலையில் அமர்ந்து சத்தியாகிரகம் செய்தனர். ஊர்வலத்தை அனுமதிக்க கோரினர். ஆனால் அவர்கள் மூவரையும் கைது செய்ததோடு தொண்டர்களை தடியடிப் பிரயோகம் செய்து கலைத்தனர்.

மகாத்மா காந்தி இருந்த எரவாடா சிறைக்கு படேல் கொண்டு போகப்பட்டார். படேல், காந்தி இருவரும் சிறையில் இருந்ததால் கேதா மாவட்ட கலெக்டர் ஆல்பிரட் மாஸ்டர் விவசாயிகளை துன்புறுத்தத் தொடங்கினர்.

நவம்பரில் படேல் விடுதலை ஆனார். அவரது இதயம் விவசாயி களுக்காக இறங்கியது.

சர்தார் வல்லபாய் படேல் எரவாடா சிறையிலிருந்த சமயம் இங்கிலாந்தில் முதல் வட்டமேஜை மாநாடு 1930ம் ஆண்டு நவம்பர் 13ம் தேதி தொடங்கி 19ம் தேதி வரை நடைபெற்றது.

ஆனால் டொமினியன் அந்தஸ்து வழங்க உறுதி அளிக்கப்படாததால் காங்கிரஸ் கட்சி அம்மாநாட்டில் பங்கேற்கவில்லை. இம்மாநாட் டில் படிப்படியாக சுயாட்சி இந்தியாவிற்கு வழங்கலாம் என

பிரிட்டிஷ் பிரதம மந்திரி அறிக்கை விடுத்தார்.

1931ம் ஆண்டு ஜனவரி மாதம் காந்தி விடுதலை செய்யப் பட்டார். ஆங்கில அரசப் பிரதிநிதி இர்வின் காந்திஜியை அழைத்துப் பேசினார். அதன் விளைவாகத்தான் காந்தி இர்வின் ஒப்பந்தம் கையெழுத்தாயிற்று. சட்ட மறுப்பு இயக்கம் கைவிடப்பட்டது. அரசியல் கைதிகளை விடுதலை செய்ய அரசு உத்தரவிட்டது.

1931ம் ஆண்டு செப்டம்பர் மாதம் இரண்டாவது வட்ட மேஜை மாநாடு நடைபெற்றது. காந்திஜி காங்கிரஸ் பிரதிநிதியாக கலந்து கொண்டார்.

சுயாட்சி பற்றி எதுவும் கூறுப்படாததால் இந்த மாநாடு தோல்வியில் முடிந்தது. மீண்டும் சட்ட மறுப்பு இயக்கம் தொடங்கப்பட்டது. தலைவர்கள் பலர் கைது செய்யப்பட்டனர்.

1931 மார்ச் மாதம் 23ம் தேதி பகவத்சிங் மற்றும் அவரது நண்பர்கள் ராஜகுரு, சுகதேவ் மூவரும் அரசியல் கொலைக்காக ஆங்கில ஆட்சியாளரால் தூக்கிலிடப்பட்டனர்.

10. சிறையிலிருந்து விடுதலை

வல்லபாய் படேலுக்கு மூக்கில் எப்போதும் கடுமையான வலி ஒன்று இருந்து வந்தது. நாசிக் சிறையில் அந்த மூக்குவலி மேலும் கடுமையானது. வலியின் மிகுதியால் சிறையில் பல இரவுகள் உறக்கம் இன்றி கழித்தார்.

நோயின் கடுமை அதிகரித்தது. அரசு மருத்துவர் குழு அவரை நன்கு பரிசோதித்தது. உடனடியாக அவருக்கு அறுவை சிகிச்சை தேவை என அக்குழு பரிந்துரை செய்தது.

எனவே படேல் 1934 ஜுன் மாதம் 14ம் தேதி நாசிக் சிறையிலிருந்து விடுதலை செய்யப்பட்டார்.

சிறையிலிருந்து வெளிவந்த வல்லபாய் படேல் குஜராத் விவசாயிகள்

ஆங்கில அரசின் கொடுமைகளுக்கு ஆளாகி தவிப்பதைக் கண்டு மிகவும் மனம் வருந்தினார். தனது மூக்கு வலியை மறந்தார். அறுவை சிகிச்சையை தள்ளி வைத்தார்.

ஏழை விவசாயிகளின் கண்ணீரைத் துடைக்க வழி தேடினார். படேலின் சொல்லுக்கு கட்டுப்பட்ட மக்கள் பத்து லட்சம் ரூபாய் நிதியை வாரி வழங்கினார்கள்.

படேல் அந்த நிதியைக் கொண்டு ஏழை விவசாயிகளுக்கு தேவை யான கால்நடை உழவுக் கருவிகள், பாத்திரங்கள் ஆகியவற்றை வாங்கிக் கொடுத்தார்.

'சுதந்திரம் கிடைத்த பிறகு பாலும் தேனும் நமக்காகக் காத்திருப்ப தாக நினைக்க வேண்டாம். சுதந்திரத்திற்கு பிறகு நாம் செல்ல வேண்டிய பாதை முட்களால் ஆனது. இதனை நினைவில் கொள் ளுங்கள். நீங்கள் அளித்த இந்த நிதி போதாது. இதற்கு மேலும் எல்லாவற்றையும் தியாகம் செய்யத் தயாராய் இருக்க வேண்டும். நான் பலமுறை கூறியிருக்கிறேன். என்னுடைய தலைமை ஏற்றுக் கொண்டீர்கள் என்றால் நீங்கள் கடந்து வர வேண்டிய பாதை மிகவும் ஆபத்தானது. கடுமையான துயரங்களைத் தாங்கக் கூடியவர் களே நீண்ட நாட்களாக எதிர்பார்க்கும் அமைதியையும், மகிழ்ச்சி யையும் அடைய முடியும்....'

எப்பொழுதுமே ஒளிவு மறைவின்றி உண்மையை எடுத்துரைக்கும் இயல்பு கொண்ட சர்தாரின் பேச்சு மக்களிடையே மீண்டும் புத்துணர்ச்சியை உண்டாக்கியது.

ஆங்கிலேய அரசு நான்கு ஆண்டுகளாக காங்கிரஸ் இயக்கத்திற்கு தடை விதித்திருந்தது. எனவே காங்கிரஸ் இயக்கம் வலுவிழுந்து காணப்பட்டது.

1934 அக்டோபர் மாதம் காங்கிரஸ் மாநாடு மும்பையில் கூடியது. வல்லபாய் இம்மாநாட்டில் கலந்து கொண்டார். ஆங்கிலேய அரசு அறிவித்த அரசியல் சட்ட சீர்திருத்தங்களை நிராகரிக்கும் தீர்மானத்திற்கு தனது ஆதரவைத் தெரிவித்தார் படேல். ஆங்கில அரசு அறிவித்த சீர்திருத்தம் 'கள்ள நாணயம்' என்றும் வர்ணித்தார்.

காங்கிரஸ் மகாசபையில் டெல்லி மத்திய சட்டமன்றத்திற்கு நடைபெறும் தேர்தல்களில் கலந்து கொள்வதென தீர்மானம் செய்யப்பட்டது.

காங்கிரஸ் நாடாளுமன்ற குழுவின் தலைவராக வல்லபாய் படேல் இருந்தார்.

தேர்தல் நிதி வசூலிக்கும் பொறுப்பு படேலிடம் ஒப்படைக்கப் பட்டது. படேல் சூறாவளியாய் நாடு முழுவதும் சுற்றுப்பயணம் செய்து வசூல் சக்கரவர்த்தியாக திகழ்ந்தார்.

மத்திய சட்டமன்றத்தில் 49 பொதுத் தொகுதிகளில் 44 இடங்களை காங்கிரஸ் கைப்பற்றியது. 130 உறுப்பினர்கள் கொண்ட மத்திய சட்டமன்றத்தில் காங்கிரஸ் பெரும்பான்மை வலிமை பெற்றது.

இடைவிடாத தேர்தல் பணி காரணமாக வல்லபாயின் உடல் நலம் மிகவும் மோசமடைந்தது. வல்லபாய் தன்னுடைய உடம்பின் ஒவ்வொரு சொட்டு இரத்தமும் நாட்டுக்காக சிந்தப்பட வேண்டும் என்ற உத்வேகத்தோடு உழைத்தார்.

1935ம் ஆண்டு ஜுன் மாதம் கடுமையான மஞ்சள் காமாலை நோயால் அவதிப்பட்டார். ஆயினும் அந்த நோய் குறித்து கவலை யின்றி தன்னுடைய உடலை வருத்தியபடி படேல் சுற்றுப் பயணங் களை மேற்கொண்டு வந்தார்.

1936 ஜனவரியில் ஹரிஜன் நலநிதி திரட்ட காந்தியடிகள் குஜராத்தில் சுற்றுப்பயணத்திற்கு திட்டமிட்டிருந்தார். ஆனால் எதிர்பாராத விதமாக அவர் கடும் நோய்வாய்ப்பட்டார்.

காந்திஜியை ஓய்வெடுக்கும்படி கூறிவிட்டு அந்தப் பணியினையும் தானே மேற்கொள்வதாக கூறி படேல் சுற்றுப்பயணம் செய்து நிதி திரட்டி காந்திஜியிடம் ஒப்படைத்தார்.

காந்திஜியும் படேலும் அரசியலுக்கு அப்பாற்பட்டு உற்ற தோழர் களாய் உயிருக்கு உயிராக பழகியிருக்கிறார்கள்.

11. கராச்சி மாநாட்டில் காங்கிரஸ்

பகவத் சிங்கிற்கு வழங்கப்பட்ட தூக்குத் தண்டனையை ரத்து செய்ய வேண்டும் என்று காங்கிரஸ் பேரியக்கம் வேண்டுகோள் விடுத்தது. அரசப் பிரதிநிதி இந்த வேண்டுகோளுக்கு செவி சாய்க்க வில்லை.

தண்டனை நிறைவேற்றப்பட்டது. நாட்டுப்பற்று மிக்க இளைஞர்கள் கொதித்து எழுந்தனர். இந்த கொந்தளிப்பான சூழ்நிலையில் 1931 மார்ச் 31ம் தேதி கராச்சியில் காங்கிரஸ் மாநாடு கூடியது. வல்லபாய் காங்கிரஸ் தலைவர் என்ற முறையில் அந்த மாநாட்டிற்கு தலைமை பொறுப்பேற்றார்.

தீவிரவாதிகள் மாநாட்டுப் பந்தலின் முன் படேலுக்கு எதிராக கறுப்புக் கொடி ஏந்தி ஆர்ப்பாட்டம் செய்தார்கள்.

நேருவும், நேதாஜியும் காந்தி-இர்வின் ஒப்பந்தத்தை எதிர்த்தாலும் இறுதியில் காங்கிரசின் ஒற்றுமையைக் கருதி ஒப்பந்தத்தை ஏற்றுக் கொள்ளும் தீர்மானத்தை ஆதரித்தார்கள்.

கராச்சி மாநாட்டில் தீவிரவாத இளைஞர்களின் கோபத்தை படேல் நன்கு உணர்ந்திருந்தார்.

'காந்திஜிக்கு 63 வயதாகிறது. எனக்க 53 வயதாகிறது. உண்மையில் இளைஞர்களான உங்களைவிட நாங்கள்தான் இந்திய விடுதலையைக் காண்பதற்கு அவசரப்பட வேண்டும். எங்கள் மறைவுக்கு முன்னால் நம் நாடு சுதந்திர நாடாவதைக் காண ஆவலாக உள்ளோம்' என்று அந்த இளைஞர்களின் மத்தியில் உரை நிகழ்த்தினார் படேல்.

கராச்சி மாநாட்டில் காங்கிரசின் பொருளாதாரக் கொள்கை பற்றிய தீர்மானம் நேருஜீயால் முன் மொழியப்பட்டது.

12. படேலுக்கு இடம் அளிக்க விரும்பவில்லை

தலைமை ஆளுநர் வேவல் பிரபு இந்தியப் பிரச்சனைக்கு தீர்வு காண அரசியல் கட்சித் தலைவர்களின் கூட்டத்தை 1945 ஜூன் 25ம் தேதியன்று சிம்லாவில் கூட்டினார்.

காங்கிரஸ் தலைவர் மௌலானா அபுல்கலாம் ஆசாத் தலைமையில் நேரு, வல்லபாய் படேல் போன்ற காங்கிரஸ் பிரதிநிதிகளும் ஜின்னாவின் தலைமையில் முஸ்லீம் லீக் பிரதிநிதிகளும் சிம்லா மாநாட்டில் கலந்து கொண்டனர்.

ஆளுநரின் நிர்வாக சபைக்கு ஆசாத், ஆசாப் அலி உள்ளிட்ட ஐவர் கொண்ட பட்டியலை காங்கிரஸ் அளித்தது.

ஆனால் முஸ்லீம் உறுப்பினர்களை நியமிக்கும் உரிமை முஸ்லீம் லீக்குக்கு மட்டும் தான் இருக்க வேண்டும் என்று ஜின்னா கூறினார். இதனைக் காங்கிரஸ் ஏற்றுக் கொள்ள மறுத்தது. சிம்லா மாநாடு தோல்வியில் முடிந்தது.

காங்கிரஸ் தலைவர்கள் சிறையிருந்த மூன்று ஆண்டுகளில் முஸ்லீம் லீக் இஸ்லாமிய மக்களிடையே மதவெறியைத் தூண்டி விட்டு தன் வலிமையை பெருக்கிக் கொண்டது. அரசியல் உடன்படிக்கையை மறுக்குமளவுக்கு தன் செல்வாக்கை வளர்த்துக் கொண்டது.

இந்தியாவில் வைஸ்ராயாக இருந்த வேவல் மத விரோதங்களைத் தூண்டி விடுவதில் எளிதான வெற்றியைப் பெற்று வந்தார்.

ஒரே பூமியின் சகோதரர்களான இந்துக்களும் இஸ்லாமியர்களும் கடைசி வரை விரோதம் பாராட்டும் படி நச்சுவிதையை ஊன்றினார்.

வைஸ்ராய் வேவலின் நச்சு நோக்கம் காரணமாகவே படேல் அவரை வெறுத்தார். காங்கிரசுக்குள் இருக்கும் வன்முறையாளர் என்று வேவலும் படேலை வருணித்து வந்தார்.

'இந்துக்கள், இஸ்லாமியர், தாழ்த்தப்பட்டோர், சமஸ்தானாதி பதிகள் என எப்பொழுதும் பிரித்துப் பேசிக் காலம் கழிப்பதே உங்கள் வேலை. ஒரு வாரம் இங்கிலாந்து ஆட்சியை என்னிடம்

கொடுங்கள். இங்கிலாந்து வேல்ஸ், ஸ்காட்லாந்து என நீங்களும் அடித்து சண்டையிட்டுக் கொள்ளும்படி செய்து காட்டுகிறேன்' என்றார் படேல்.

மகாத்மா காந்தி கூட, 'என்ன இவ்வளவு சூடாகப் பேசு கிறீர்கள்?' என்று கேட்டார். ஆனால் படேல் இதற்கெல்லாம் கவலைப்படவில்லை.

படேலின் வெளிப்படையான பேச்சு மகாத்மாவுக்கு கவலை அளித்தது. பிரதமர் போன்ற உயர்ந்த பதவியில் இருப்பவர்களுக்கு இத்தகைய சூடான அணுகுமுறை பொருந்தாது என்பது அவர் எண்ணம்.

மேலும் சர்வதேச நிகழ்வுகளில் படேலுக்கு அவ்வளவாக அக்கறை இல்லை. எனவேதான் நேருவுக்கு முதலிடமும், படேலுக்கு இரண்டாவது இடமும் அளிக்க மகாத்மா முடிவு செய்தார்.

மௌலானா ஆசாத்துக்குப் பிறகு காங்கிரஸ் தலைவராக வருபவரே பிரதமராக வரும் வாய்ப்பு இருந்தது. அதனை நேருவுக்கு தரவே காந்திஜி விரும்பினார்.

13. ஜனாதிபதி யார்? – படேல் நேரு எதிரெதிர் முடிவுகள்

1950 ஜனவரி 26 முதல் இந்திய குடியரசு நாடாக அறிவிக்கப் பட்டதையொட்டி, முதல் ஜனாதிபதியைத் தேர்வு செய்ய வேண்டியதாயிருந்தது.

கவர்னர் ஜெனரலாக இருந்த ராஜாஜியே முதல் குடியரசுத் தலைவ ராக இருக்கலாம் என்பது நேருவின் கருத்து. படேலின் சிந்தனை வேறு மாதிரியாக இருந்தது.

பாபு இராஜேந்திர பிரசாத் வருவதை பெரும்பாலான காங்கிரஸ் தலைவர்கள் விரும்புவார்கள் என்று படேல் நினைத்தார்.

ஜவஹர்லால் நேரு தனது கருத்தைச் சொன்ன போது படேல்

அவசரப்படவில்லை. சற்று நிதானமாக தன் மனதில் உள்ளதை தெரிவித்தார். ஆனால் ஜவஹர்லால் நேரு தான் நினைத்ததை செயல்படுத்த விரும்பினார். அதற்கான சந்தர்ப்பமும் அவருக்கு வாய்த்தது.

1949 செப்டம்பரில் படேல் மருத்துவ ஆலோசனைக்காக பம்பாய் சென்று சில நாட்கள் தங்க நேரிட்டது. அப்போது நேரு அவசரமாக ஒரு காரியத்தை செய்தார்.

ராஜன் பாபுவே ஜனாதிபதி பதவிக்கு வரட்டும் என்று சொல்லி விட்டால் பிரச்சனை முடிந்து விடும் என எண்ணினார்.

எனவே படேல் டெல்லியில் இல்லாத நிலையில் பாபு ராஜேந்திர பிரசாத்துக்கு ஒரு அவசரக் கடிதம் எழுதினார்.

முதல் குடியரசுத் தலைவராக ராஜாஜியே தேர்ந்தெடுக்கப்பட வேண்டும் என நானும் படேலும் விரும்புகிறோம். நீங்கள் அப்பதவிக்கு பொருத்தமானவர்தான்.

எனினும் ராஜாஜிக்கு நீங்கள் விட்டுக் கொடுக்க வேண்டும். ராஜாஜி யின் பெயரை நீங்களே முன் மொழிந்தால் நன்றாக இருக்கும் என்று அக்கடிதத்தில் நேரு குறிப்பிட்டிருந்தார்.

ஆனால் கிணறு வெட்டப்பூதம் புறப்பட்டது போல நிலைமை சிக்க லாகியது. ராஜேந்திர பிரசாத் மிகுந்த கோபத்துடன் பதில் எழுதினார்:

"என் தொடர்பான விசயத்தில் நீங்களாக ஒரு முடிவு செய்து விட்டு என்னை முன்மொழியச் சொல்வது என்ன நியாயம்?" என்று கேட்டார்.

1949 அக்டோபர் 5ம் தேதி நடந்த பாராளுமன்ற உறுப்பினர்கள் கூட்டத்தில் பாபு ராஜேந்திர பிரசாத்துக்கே ஆதரவு கிடைத்தது. ராஜாஜி பதவி விலகினார். பாபு ராஜேந்திர பிரசாத் முதல் குடியரசுத் தலைவர் ஆனார்.

காங்கிரஸ் உறுப்பினர்களின் மனோபாவத்தை படேல் துல்லியமாக அறிந்து வைத்திருந்தார்.

நேருவா, படேலா என்ற பிரச்சனை வந்த போதெல்லாம் காங்கிரஸ் உறுப்பினர்களின் அமோக ஆதரவு படேலுக்கு இருந்தும் மகாத்மா சொன்னதால் படேல் நேருவுக்கு விட்டுக் கொடுத்தார்.

14. எரவாடா சிறையில் காந்தியும் படேலும்

வல்லபாய் படேல், காந்திஜீ இருவருமே இயல்பாக நன்னெறிக் கொள்கையின்படி ஒழுகி நடப்பவர்கள். அப்படிப்பட்ட இருவரும் ஒரே சமயத்தில் எரவாடா சிறையில் அடைக்கப்பட்டது வரலாற்று முக்கியத்துவம் வாய்ந்ததாகத் தான் கருத வேண்டும்.

1932ம் ஆண்டு ஜனவரி 4ம் தேதி காந்திஜீயையும், படேலையும் விசாரணையின்றி ஆங்கிலேய அரசு கைது செய்து எரவாடா சிறையில் அடைத்தது.

எரவாடா சிறைவாசம் படேலைப் பொறுத்த மட்டில் குறிப்பிடத் தக்கதாக அமைந்தது. ஏனெனில் மகாத்மா காந்தியடிகளுடன் அதிக நாட்கள் சிறையில் இருந்தது அங்கேதான்.

மகாதேவ தேசாய் அப்பொழுது எழுதிய குறிப்புகள் படேலைப் பற்றிய சில செய்திகளை அறிய வாய்ப்பாக இருந்தது.

தினமும் காந்திஜி, தேசாய், படேல் மூவரும் சிறைச்சாலை வளாகத் தில் காலையில் நடந்து செல்வதை வழக்கமாக் கொண்டிருந்தனர்.

அச்சமயம் மகாத்மாவிடம் படேல் தனது சந்தேகங்களுக்கு விளக்கம் பெறுவார். சில விசயங்களை மாறுபட்டு விவாதிப்பார். கடைசியில் காந்திஜியின் கருத்தை ஏற்பார் படேல்.

காந்திஜிக்கு நாளும் தொண்டு செய்வதில் வல்லபாய் மன நிறைவு கொண்டார். வல்லபாயின் சேவை மனப்பான்மையும் நகைச்சுவை பேச்சையும் கண்டு காந்தியடிகள் பரவசப்பட்டார்.

சிறை வாழ்க்கையில் படேல் சமஸ்கிருதம் கற்றுக் கொண்டார். அதன் பின்னர் பகவத்கீதை படித்தார்.

சொற்பொழிவுகளில் கீதையிலிருந்து மேற்கோள் காட்டும் அளவுக்கு கற்றுத் தெளிந்தார் படேல். துளசி இராமாயணமும் சிறையில் இருக்கும்போது அவர் முழுமையாக படித்தறிந்தார்.

சிறையில் மகாத்மாவுக்கு வரும் கடிதங்களுக்கு பதில் எழுதுவதில் படேல் ஆலோசனை கூறுவார். சில சமயம் குறும்பான பதில்களை யும் கூறுவார். சில நாட்களில் காந்திஜி சொல்லச் சொல்ல படேல் கடிதங்களை எழுதுவது உண்டு.

வல்லபாய்க்கு தேநீர் அருந்தும் பழக்கம் உண்டு. காந்திஜியோடு இருந்தபோது தேநீர் குடிக்கும் பழக்கத்தை அடியோடு நிறுத்தினார் படேல். அரிசி உணவை விரும்பிச் சாப்பிடுவார். ஆனால் சிறையில் வேக வைத்த காய்கறிகள், ரொட்டி, பால் இவற்றை மட்டுமே மூன்று வேளையும் உணவாகக் கொண்டார்.

சிடுசிடுப்பான சிந்தனையாளர் என்று முத்திரை குத்தப்பட்டவர் படேல். சிரிக்கச் சிரிக்க பேசுவதிலும் வல்லவர் என்பதை சிறை வாசம் உணர்த்தியது.

காந்திஜியும், வல்லபாயும் மிகவும் நெருக்கமாகப பழகினார்கள். வல்லபாயின் கிண்டல் பேச்சு எப்படி காந்திஜியைக் கவர்ந்தது என்பதையெல்லாம் மகாதேவ தேசாய் தனது நாட்குறிப்பு புத்தகத்தில் விரிவாகக் குறிப்பிட்டுள்ளார்.

காந்திஜிக்கு சோடா தயாரித்தல், பேரீச்சம்பழத்தை சுத்தப் படுத்துதல், பல்குச்சி தயாரித்தல் போன்ற வேலைகளை சர்தார் தன் பொறுப்பில் எடுத்துக் கொண்டார்.

வல்லபாய் கவர் தயாரிக்கும் அழகு பற்றி காந்திஜி வியந்து பாராட்டி யுள்ளார். அதனை அவர் ஒரு கடிதத்தில் குறிப்பிட்டுள்ளார்.

'கவர்கள் தயாரிப்பில் நிச்சயமாக சர்தாருக்கு ஈடு இணை எவருமில்லை. அளவெடுக்காமலேயே காகிதத்தை கத்தரிப்பார். ஒரு உத்தேசமாகக் கத்தரிக்கப்படும் காகிதத்துண்டு அவருக்கு மிகவும் சரியாக அமைந்து விடும்' இதில் தாமதமே ஆகாது.

படேலுடன் சிறை வாழ்க்கை பற்றி காந்திஜி மிகவும் நெகிழ்ச்சியுடன் கூறியுள்ளார்.

'என் வாழ்க்கையில் நான் அடைந்த மிகப் பெரும் மகிழ்ச்சி நான் சிறையில் வல்லபாயுடன் ஒன்றாக வாழ்ந்ததுதான். அவரது அன்பும் அரவணைப்பும் எனக்கு என் தாயை நினைவூட்டியது. எனக்கு சிறிதளவு உடல் நலக்குறைவு ஏற்பட்டாலும் அவர் உடனே என் அருகில் வந்து என் தேவைகள் அனைத்தையும் நிறைவேற்றி வைப்பார்.'

வல்லபாய் எப்பொழுதுமே தனியாக வசிப்பதையே விரும்புவார். கோத்ரா, போர்ஸாத் நகரங்களில் அவர் இருந்த போது தனி வீடு பிடித்து அதில்தான் வாழ்ந்தார்.

அண்ணன் வித்தல் பாயுடன் சேர்ந்து இருக்கவில்லை. அதே போல அகமதாபாதிலும் தன் சொந்த வீட்டில் தனியாகத் தான் வாழ்ந்தார். காந்திஜியின் ஆசிரமத்தில் சென்று தங்கவில்லை.

அப்படிப்பட்டவர் எரவாடா சிறையில் தன்னை முழுமையாக காந்திஜிக்கு அர்ப்பணித்துக் கொண்டு அவரோடு அவர் விருப்பப் படி அவர் காரியங்களில் தானே முன்வந்து உதவிகள் செய்து பதினாறு மாதங்கள் சிறையில் கழித்தார்.

1932ம் ஆண்டு படேலுக்கு ஒரு இருண்ட ஆண்டு என்றே கூறலாம். அவர் சிறையில் இருந்தது மட்டுமில்லாமல் மகள் மனிபென் படேலும் கைது செய்யப்பட்டு சிறைச்சாலையில் அடைக்கப் பட்டார்.

அந்த ஆண்டு மே மாதம் அவரது மருமகள் யசோதா நோயுடன் போராடி உயிர்நீத்தார். அக்டோபர் மாதம் கிராமத்தில் இருந்த படேலின் தாயாரும் மரணமடைந்தார்.

அந்த ஆண்டு இறுதியில் மகன் தயாபாய் படேல் டைபாய்டு காய்ச்சலில் அவதியுற்றார். சகோதரனுக்கு உதவ பரோலில் செல்ல அனுமதிக்குமாறு மனிபென் தன் தந்தையிடம் கேட்டார்.

'காய்ச்சல் விரைவில் குணமாகி வரும். நீ போக வேண்டாம்' என்று படேல் கூறிவிட்டார்.

இந்தியாவில் தீண்டாமை அங்கீகரிக்கப்பட்ட தீமையாக விளங்கி வந்தது. இந்த பலவீனத்தை பயன்படுத்தித்தான் பிரிட்டிஷ் அரசு வேற்றுமைக்கு தூபம் போட்டவாறே இருந்தது. இதனை காந்திஜி நன்கு உணர்ந்தார்.

ஒரே தேசத்தில் இப்படி பேதம் பாராட்டாமல் அவர்களும் மனிதர்கள் என்ற அங்கீகாரத்தை வழங்குவதன் மூலம் பிரிட்டிஷ் அரசின் ராஜதந்திரத்தை முறியடிக்க நினைத்தார். வழக்கம் போல பழிச் சொல்லுக்கு ஆளானார்.

காந்தியடிகள் 1933ம் ஆண்டு மே மாதம் 8ம் தேதி சிறையிலிருந்து விடுதலை செய்யப்பட்டார். வல்லபாய் படேல் ஜூலை மாதம் விடுதலை செய்யப்பட்டார்.

தனிநபர் சத்தியா கிரகத்தில் கலந்து கொண்டதற்காக காந்தியடிகள் ஆகஸ்டு 2ம் நாள் கைது செய்யப்பட்டார். மீண்டும் எரவாடா சிறையில் அடைக்கப்பட்டார்.

ஆனால் வல்லபாய் படேல் ஆகஸ்டு 1ம் தேதியே எரவாடா சிறையிலிருந்து நாசிக் சிறைக்கு மாற்றப்பட்டார்.

காந்திஜியும் வல்லபாயும் சிறையில் சேர்ந்திருந்தால் தங்களின் ஆட்சிக்கு முடிவுகாலம் சீக்கிரமே வந்துவிடும் என ஆங்கில அரசு அஞ்சியது தான் காரணம்.

'இந்த மனப்புண் ஆற்ற முடியாது' என்று காந்திஜி மனம் கலங்கினார்.

வல்லபாயும் வாட்டத்துடனே நாசிக் சிறையில் நாட்களைக் கழித்தார். அப்பொழுது அவருக்கு மற்றும் ஒரு செய்தி பேரிடியாய் வந்து தாக்கியது.

அண்ணன் வித்தல் பாய் படேல் சுவிட்சர்லாந்திலுள்ள தனியார் மருத்துவமனை ஒன்றில் 1933ம் ஆண்டு அக்டோபர் மாதம் 22ம் தேதி காலமானார் என்ற துன்பச் செய்திதான் அது.

வித்தல்பாய் மரணத்தின் போது அவர் அருகில் உறவினர், நண்பர் யாரும் உடன் இல்லை என்ற செய்தி மேலும் அவரை அதிர்ச்சியில் ஆழ்த்தியது.

வித்தல்பாய் உடல் மும்பைக்கு கொண்டு வரப்பட்டது. ஆங்கில அரசு படேலுக்கு நிபந்தனை பேரில் விடுதலை வழங்க ஒப்புக் கொண்டது.

'நிபந்தனையுடன் கூடிய விடுதலை தேவையில்லை' என்று படேல் மறுத்து விட்டார்.

வல்லபாயின் மகன் தயாபாய் நவம்பர் மாதம் 22ம் தேதி வித்தல்பாயின் இறுதிச் சடங்கை நிறைவேற்றினார்.

காந்திஜிக்கும், நேதாஜிக்கும் கருத்து வேறுபாடு தோன்றுவதற்கு ஹரிபுரா மாநாடு காரணமாக அமைந்தது.

இந்திய மக்களின் கோரிக்கையை ஆறு மாத காலத்திற்குள் இங்கிலாந்து நிறைவேற்ற வேண்டும். இல்லையென்றால் காங்கிரஸ் நாடு தழுவிய ஒத்துழையாமை இயக்கத்தை தொடங்கும் என்று இறுதி அறிவிப்புச் செய்ய வேண்டும் என்று நேதாஜி 1939 மார்ச் 10ம் தேதி முதல் 12ம் தேதி முடிய நடைபெற்ற மத்திய மாநிலத்தின் திரிபுரி மாநாட்டில் வற்புறுத்தினார்.

இதனைச் செயல்படுத்த தானே தொடர்ந்து காங்கிரஸ் தலைவராக இருக்க வேண்டும் என்று எண்ணினார்.

சிறுபான்மை வகுப்பைச் சேர்ந்த மௌலானா அபுல்கலாம் ஆசாத் தலைவராக வர வேண்டும் என்று காந்திஜி நினைத்தார்.

ஆனால் மௌலானா நேதாஜியை எதிர்த்து போட்டியிட விரும்ப வில்லை. எனவே பட்டாபி சீதாராமையாவை தலைவர் பதவிக்கு நிறுத்தினார் நேதாஜியும் போட்டியிட்டார். இளைஞர்களிடையே செல்வாக்கு பெற்றிருந்த நேதாஜி வெற்றி பெற்றார்.

'பட்டாபி சீதாராமையா தோல்வி என் தோல்வி' என்று காந்திஜி வருத்தம் தெரிவித்தார். வல்லபாய், ராஜேந்திர பிரசாத் போன்றோர் செயற்குழுவிலிருந்து பதவி விலகினர்.

நேதாஜியின் உடல்நலம் குன்றியிருந்ததால் காங்கிரஸ் மாநாடு தனது ஊர்வலத்தை ரத்து செய்தது. நேதாஜியின் தலைமை உரை மட்டும் பிடிக்கப்பட்டது.

'காந்தியடிகளே காங்கிரசின் தனிப்பெரும் தலைவர். அவர் விருப்பப்படியே செயற்குழு உறுப்பினர்கள் நியமிக்கப்பட வேண்டும்' என்று கோவிந்த வல்பந்தம் ஒரு தீர்மானத்தை கொண்டு வந்தார்.

மாநாட்டில் கூச்சலும் குழப்பமும் ஏற்பட்டது. நேதாஜியால் காந்திஜியுடன் இணைந்து செயல்பட முடியவில்லை.

அது மட்டுமின்றி வல்லபாய் படேலை காங்கிரசில் உள்ள ஆதிக்க சக்தியின் ஒளிப்பிழம்பு என்று கடுமையா நேதாஜி விமர்சித்தார்.

ஏப்ரலில் நேதாஜி கூட்டிய கூட்டத்தில் வல்லபாய் படேல் கலந்து கொள்ளவில்லை. பெரும்பாலான உறுப்பினர்கள் காந்திஜியின் மந்திரச் சொல்லுக்கே கட்டுப்பட்டனர்.

நிலைமையை உணர்ந்த நேதாஜி தன் தலைவர் பதவியை ராஜினாமா செய்தார்.

நேதாஜி கல்கத்தாவில் இருந்த ஜெர்மன் கவுன்சிலோடு ரகசிய பேரம் வைத்துக் கொண்டிருந்த தகவல் காந்திஜிக்கு ஏற்கனவே கவனத்திற்கு வந்தது.

மேலும் சுபாஷ் சந்திரபோஸ் முசோலினியின் ஆதரவாளர். உலகப் போர் மூளுமானால் பிரிட்டனுக்கு எதிராகவே சுபாஷின் ஈடுபாடு இருக்கும் என்பதையும் காந்திஜீ ஊகித்திருந்தார்.

எனவே தான் தலைமைப் பொறுப்புக்கான போட்டியிலிருந்து விலகிக் கொள்ளுமா காந்திஜி நேதாஜியை கேட்டிருந்தார் காந்திஜீ மற்றும் காங்கிரசின் கொள்கை நேதாஜிக்குத் தெரியும். காங்கிரசில் நேரு, படேல், பிரசாத், ராஜாஜி ஆகியோருக்கு தனித்தனி ஆதரவு இருந்தாலும் மகாத்மாவை அவர்கள் யாரும் விட்டுக் கொடுக்க மாட்டார்கள் என்பதும் தெரியும்.

எனவே காந்திஜி கேட்டுக் கொண்டதற்கேற்ப அவருடைய பேச்சுக்கு நேதாஜி மதிப்பு தந்திருக்கலாம்.

ஆனால் சுபாஷ் தனக்கு நிச்சயம் வெற்றி கிட்டும் என்ற ஒரு அம்சத்தை மட்டும் கருத்தில் கொண்டு போட்டியிட்டார். வெற்றி பெற்றார். தன்னுடைய ஆதரவாளர் சீதாராமையாவின் தோல்வி அதனால்தான் காந்திஜீக்கு மிகுந்த மன வருத்தத்தை ஏற்படுத்தி விட்டது.

வல்லபாய் படேல் இராஜேந்திர பிரசாத்தை தலைவர் பதவியை ஏற்கச் செய்தார். நேதாஜி மாநிலங்களில் காங்கிரஸ் அமைச்சரவை நடவடிக்கைகளையும் மூத்த தலைவர்களையும் கண்டித்து நாடு முழுவதும் பிரச்சாரம் செய்தார்.

செயற்குழு நேதாஜியை மூன்றாண்டுகள் காங்கிரஸ் கட்சியிலிருந்து விலக்கி வைத்தது. நேதாஜி 'முற்போக்கு அணி' என்ற தனிக் கட்சியைத் தொடங்கினார்.

வல்லபாய் படேல் காந்திஜியின் ஒப்பற்ற தலைமையை காங்கிரசில் நிலைநாட்டினார்.

15. தந்தையும் மகளும் சந்திப்பு

ஆகஸ்டு புரட்சியை ஒடுக்க அரசு அனைத்து முயற்சிகளையும் மேற்கொண்டது. ஆனால் போராட்டம் தீவிரமடைந்தது. பல மாநிலங்களில் தொழிற்சாலைகள் இயங்கவில்லை. தொழிலாளிகள், மாணவர்கள், விவசாயிகள் என அனைத்து பிரிவினரும் போராட்டத்தில் குதித்தனர்.

துப்பாக்கிச் சூட்டில் ஏராளமானோர் இறந்தனர். காந்தியடிகளும் மற்ற முக்கிய தலைவர்களும் சிறையில் அடைக்கப்பட்டதால் இந்தியாவில் இமயம் முதல் குமரி வரை கொந்தளிப்பில் ஆழ்ந்தது. வழி நடத்திச் செல்ல தலைவர்கள் இல்லாததால் நாடெங்கும் கலவரம் நிகழ்ந்தது.

காவல் நிலையங்கள், அஞ்சலகங்கள், ரயில் நிலையங்கள் கொளுத்தப்பட்டன. தந்திக் கம்பங்கள் அறுக்கப்பட்டன.

மக்களின் வன்முறைச் செயல்களுக்கு ஆங்கிலேய அரசும் கொடூரமாக எதிர்வினையாற்றின. துப்பாக்கிச் சூட்டில் ஆயிரக் கணக்கானோர் கொல்லப்பட்டனர்.

போராட்ட வன்முறைகளுக்கு காங்கிரசே காரணம் என்று அரசு பிரச்சாரம் செய்தது. நாடு முழுவதும் சிறைச்சாலையாயிற்று.

காந்தியடிகளின் அந்தரங்கச் செயலாளர் மகாதேவ தேசாய் 1942ம் ஆண்டு ஆகஸ்டு 15ம் தேதியன்று திடீரென்று காலமாகி விட்டார். சிறையில் தனித்தனி அறைகளில் நேரு, படேல் ஆகியோர் இருந்தனர். செய்தித்தாள்கள் உள்ளே அனுமதிக்கப்படவில்லை. உறவினர்கள் பட்டியலை முன்னதாகவே கொடுத்து அனுமதி வாங்கினால் தான் கடிதம் எழுதலாம் என நிபந்தனை விதிக்கப்பட்டது.

சிறைக்குச் சென்ற சில நாட்களிலேயே மகாதேவ தேசாய் காலமான செய்தி கூட படேலுக்கு சில நாட்களுக்கு பின்னர் தான் தெரிந்தது. மகாத்மா காந்திக்கு படேல் அந்த இரங்கல் செய்தியை அனுப்பினார். ஓராண்டு காலத்தில் படேல் எழுதிய ஒரே கடிதம் அதுதான்.

படேலின் மகன், மகள் இருவருமே வெவ்வேறு சிறைகளில் இருந்தனர். 1943 மே மாதத்தில படேலின் உடல்நிலை மிகவும் பாதிக்கப்பட்டது.

மகன், மகள் ஆகியோர் கவலை தெரிவித்து எழுதிய கடிதத்திற்கு படேல் உறுதிப்பட ஒரு கடிதம் எழுதினார்.

'எனக்கு வயது அறுபத்தெட்டு. இறைவனிடமிருந்து அழைப்பு வரும் போது புறப்படுவதே என் கடமை. இலை பழுத்து விட்டால் மரத்தில் அதற்கென்ன வேலை. அதுபோல் தான் உடலும் எனக்காகக் கவலைப்பட வேண்டாம்' என்று பதில் எழுதினார்.

1944 பிப்ரவரி 22ல் கஸ்தூரிபா காந்தி காலமானார். மகாத்மா காந்தி உடல்நலம் பாதிக்கப்பட்டார். அப்போது வேவல் பிரபு புதிய வைஸ்ராயாகப் பதவியேற்றார். அவர் மகாத்மாவை விடுதலை செய்ய உத்தரவிட்டார்.

1945 ஹிட்லரின் வீழ்ச்சிக்குப் பின் போர் முடிவுக்கு வந்தது. ஜூன் 15ம் தேதி படேல் விடுதலை செய்யப்பட்டார். நேராக மகாத்மா காந்திஜியைப் பார்க்க சென்றார். அங்கே புதல்வி பனிஸன் படேலும் இருந்தார்.

மூன்றாண்டு காலப் பிரிவிற்குப் பின்னர் தந்தையும் மகளும் சந்தித்துக் கொண்டனர். கஸ்தூரிபாவின் மரணமும் மகாதேவ தேசாயின் பிரிவும் மிகுந்த மன வருத்தத்தை தந்தது.

ஆகாகான் மாளிகையில் மகாதேவ தேசாய் மற்றும் கஸ்தூரிபா நினைவிடங்களுக்குச் சென்று படேல் நெகிழ்ச்சியுடன் நின்றார். அவரால் துயரத்தை அடக்க முடியவில்லை. படேலின் உடல்நிலை காந்தியடிகளுக்கு மிகுந்த கவலை அளித்தது.

16. காந்தியின் சீடர்கள்

நேருவும் படேலும் இருவருமே காந்தியின் சீடர்கள்தான். நேருவே பிரதமராக பதவியேற்று நாட்டை வழி நடத்த வேண்டும் என்று முடிவு செய்தார் காந்தி.

நேருவின் கண்ணோட்டம் விஷயங்களை அவர் அணுகும் முறை மற்றும் உலக அளவில் அவருக்கு இருந்த அங்கீகாரத்தை கருத்தில் கொண்டே காந்தி இந்த முடிவை எடுத்தார்.

நேருவுக்கும் படேலுக்கும் இடையிலான உறவு எத்தகையது என்பதை தீர்மானிக்க வரலாற்று பக்கங்களை வாசிக்கும் வாய்ப்பு நமக்கு கிடைத்தால் தான் அது சாத்தியம்.

இந்தியாவின் சுதந்திரதினம் நெருங்கி வந்து கொண்டிருந்த வேளை. அச்சமயத்தில் அமைச்சரவையை எப்படி அமைக்கலாம் என்று ஆலோசனைகள் மும்முரமாக இருந்த சமயத்தில் 1947 ஆகஸ்ட் முதல் நாளன்று படேலுக்கு கடிதம் எழுதினார் நேரு.

'ஓரளவு சம்பிரதாயங்கள் கடைப்பிடிக்க வேண்டும் என்பதன் அடிப்படையில் மத்திய அமைச்சரவையில் உங்களை சேர்த்துக்

கொள்வதற்கான முறையான அழைப்பு விடுப்பதற்கான கடிதம் இது. இந்த கடிதத்திற்கு எந்த வித முக்கியத்துவம் கிடையாது. ஏனெனில் நீங்கள் நம் அமைச்சரவையின் வலுவான தூண்.'

நேருவின் இந்த கடிதத்திற்கு படேல் ஆகஸ்டு மூன்றாம் தேதி யன்று இவ்வாறு பதில் எழுதினார்.

“அமைச்சரவையில் இணைவதற்கான அழைப்பு விடுத்த உங்கள் கடிதத்திற்கு நன்றி. நம் இருவருக்கும் இடையிலான பாசமும் அன்பும் 30 ஆண்டுகளாகத் தொடர்கிறது. நம்மிடையே சம்பிரதாய நடைமுறைகளுக்கு எந்தவிதமான அவசியமும் இல்லை.”

கடித்தில் படேல் மேலும் இவ்வாறு குறிப்பிடுகிறார். “எனது வாழ்வின் எஞ்சியுள்ள காலம் முழுவதும் உங்களுக்கு சேவை செய்ய விரும்புகிறேன். உங்களைப் போன்ற தியாகத்தை வேறு யாரும் செய்ததில்லை. நாட்டின் லட்சியத்தை நிறைவேற்ற அப்பழுக்கற்ற முழுமையான விசுவாசத்தை காட்டுவேன்.”

“நமது நாட்டையும் ஒற்றுமையையும் யாராலும் பிரிக்க முடியாது. சக்திவாய்ந்த நம்முடைய உறவு வலுவானது. கடிதத்தில் நீங்கள் வெளிப்படுத்திய அன்புக்கு நன்றிக்கடன் பட்டுள்ளேன்” என்று இளகிய நெஞ்சுடன் கடிதம் எழுதினார் அந்த இரும்பு மனிதர்.

படேலின் உணர்வுகள் வெறும் சம்பிரதாயமானவையோ, வெற்று வாய்ச்சவாடால்களோ அல்ல. படேல் இறப்பதற்கு சுமார் ஒன்றரை மாதத்திற்கு முன் நேருவை பற்றி அவர் சொன்னது உயிலுக்கு சமமானது.

1950 அக்டோபர் இரண்டாம் தேதியன்று இந்தோரில் ஒரு பெண்கள் மையத்தின் திறப்பு விழாவுக்கு சென்ற படேல் அங்கு உரையாற்றிய போது, 'இப்போது மகாத்மா காந்தி நம்முடன் இல்லை. அவர் தன்னுடைய பிரதிநிதியை நியமித்து அதனை அறிவித்தும் விட்டார். காந்தியின் சீடர்கள் அவர் சொன்னதை அடியொற்றி நடக்க வேண்டும்.'

தனக்கும் நேருவுக்கும் இடையில் பகைமை இருப்பதாக கூறப் படுவதை தொடர்ந்து மறுத்து வந்தார் சர்தார் வல்லபாய் படேல்.

அவர் இது குறித்து நாடாளுமன்றத்தில் வெளிப்படையாகவே பேசினார். நாடு எதிர் கொண்டிருக்கும் அனைத்து பிரச்சனை களிலும் நான் பிரதமருடன் உறுதுணையாக நிற்கிறேன். நாங்கள் இருவரும் எங்கள் தலைவர் மகாத்மா காந்தியின் பாதத்தில் அமர்ந்து பாரதத்தாயின் விடுதலைக்காகப் பாடுபட்டோம்.

இன்று மகாத்மா நம்முடன் இல்லை. இந்த நிலையில் நாங்கள் ஒருவ ரோடு ஒருவர் சண்டையிடுவதைப் பற்றி சிந்திக்க கூட மாட்டோம்.

படேல் நாட்டின் முதல் பிரதமராகும் வாய்ப்பை நேரு தட்டிப் பறித்தார் என்று சஸ்பரிவாரம் கூறுவது போல படேல் நினைக்க வில்லை என்பதை வல்லபாய் படேலே பலமுறை சொல்லவிட்டார்.

படேல் உருவாக்க நினைத்தது மகாத்மா காந்தி கனவு கண்ட இந்தியாவைத் தான் உருவாக்க எண்ணினாரே தவிர ஆர்.எஸ்.எஸ். விரும்பிய இந்தியாவை அல்ல என்பது மட்டும் நிச்சயம்.

இந்தியாவை இந்து நாடாக மாற்றும் எண்ணத்தை பைத்தியக் காரத்தனம் என்று வல்லபாய் படேல் வெளிப்படையாகவே விமர்சித்தார்.

படேல் பிரதமராக இருந்திருந்தால் காஷ்மீர் விவகாரத்தில் ஒரு முடிவு கிடைத்திருக்கும் என்றும் சொல்லப்படுகிறது. அதாவது படேல் ராணுவ பலத்தை பயன்படுத்திக் காஷ்மீரை இந்தியாவின் அங்கதமாக்கியிருப்பார். நேருவின் தாராள மனப்பான்மை அதை தடுத்து விட்டதாக கூறப்படுகிறது.

அதே சமயத்தில் ஜம்மு காஷ்மீர் மாநிலத்திற்கு சிறப்பு சலுகைகள் வழங்கும் இந்திய அரசியலமைப்பின் சட்டப்பிரிவு 370ஐ வடிவமைத்தவர்களில் முக்கியமானவர் சர்தார் வல்லபாய் படேல் என்பதையும் மறப்பதற்கில்லை.

17. இந்தியாவை விட்டு வெளியேறும் வழியைப் பாருங்கள்

*1942*ல் ஹிட்லரின் நடவடிக்கைகள் மறுபடியும் இந்தியாவுக்கு போர் அபாயத்தை ஏற்படுத்தியது. சிங்கப்பூரும் தொடர்ந்து ரங்கூடனும் விழுந்தன. இந்நிலையில் அடுத்த இலக்கு இந்தியா தான் எனப் பேசப்பட்டது.

இந்த தருணத்தில் இந்தியா பிரிட்டிசுக்கு உதவினால் சுதந்திரம் கிடைக்க வாய்ப்புண்டு என ராஜாஜி கூட நம்பினார்.

1942 மார்ச் 22ல் கிரிப்ஸ் டெல்லிக்கு வந்தார். மகாத்மா பேச்சு வார்த்தைக்கு அழைக்கப்பட்டார். ஆனாலும் கிரிப்ஸின் திட்டத்தில் காந்திஜிக்கு நம்பிக்கை இல்லை.

போருக்கு பிறகு இந்தியாவுக்கு டொமினியன் அந்தஸ்து வழங்கப் படும். ஆனால் அனைத்து மாகாணங்களும் அதே அளவு சுதந்திரம் பெறும் என்பதே கிரிப்ஸின் முடிவாக இருந்தது. ஏமாற்றமடைந்த மகாத்மா அதை ஏற்காமல் வார்தா திரும்பி விட்டார்.

ஆனாலும் நேரு, படேல், அபுல்கலாம் ஆஸாத், ராஜாஜி ஆகியோர் டெல்லியில் தங்கி தொடர்ந்து பேச்சுவார்த்தை நடத்தினர். இதைக் காந்திஜி விரும்பவில்லை.

படேலுக்கு எழுதிய கடிதத்தில் 'நீங்கள் அதிக நாள் தங்கி விட்டீர்கள். அதனால் பலன் ஏதும் இல்லை. வெந்நீரை மேலும் சூடேற்றினால் வெண்ணெய் வந்து விடுமா?' என்றும் கேட்டிருந்தார்.

உண்மையில் படேல் கிரிப்ஸ் திட்டத்தை ஆதரிக்கவில்லை. காங்கிரஸ் காரியக்கமிட்டி என்ன முடிவு எடுக்கிறது என்பதற் காகவே அவர் காத்திருந்தார்.

வரலாற்றுப் புகழ்பெற்ற 'வெள்ளையனே வெளியேறு' இயக்கம் 1942 ஆகஸ்டில் தொடங்க முடிவு செய்யப்பட்டிருந்தது.

சர்தார் படேல் ஒரு மாதத்திற்கு முன்னதாகவே அதற்கான ஆயுத்தங் களில் ஈடுபட்டார். ஜுலை 15ம் தேதி புதல்வி மனிஸன்னுடன் பம்பாய் வந்தார். தேவையான நிதியைத் திரட்டிக் கொண்டார்.

ஜூலை 21ம் தேதி அகமதாபாத் வந்து சேர்ந்தார். குஜராத்தின் பல பாகங்களில் இருந்தும் வந்த தொண்டர்கள் அவரைத் தனித் தனியே சந்தித்தனர். ஜூலை 26ம் தேதி பொதுக்கூட்டத்தில் உரை நிகழ்த்தினார்.

'இந்த போராட்டத்தில் தலைவர்கள் கைதாகக் கூடும். எனவே மறுபடியும் உங்களைச் சந்திக்கும் வாய்ப்பு எனக்கு இல்லாமலும் போகலாம். போராட்டத்தை நீங்கள் தொடர்ந்து நடத்த வேண்டும்' என்றார்.

காங்கிரஸ் போருக்கு ஒத்துழைக்காவிட்டால் தேசத்தை முஸ்லீம் லீகிடம் ஒப்படைக்கப் போவதாக சொன்ன பிரிட்டிஷ் அரசின் மிரட்டலுக்கு சூரத்தில் படேல் பதிலடி கொடுத்தார்.

'எங்களை பிளவுபடுத்துவதாக நினைத்து முஸ்லீம்லீகிடம் தேசத்தை ஒப்படைக்கப் போவதாக கூறுகிறீர்கள். தாராளமாகச் செய்யுங்கள் எங்களுக்கு அதை எப்படித் தீர்த்துக் கொள்வது என்று தெரியும். ஆனால் நீங்கள் வெளியேறுகிற வழியைப் பாருங்கள்' என்றார்.

1942 ஆகஸ்ட் 8ம் தேதி மும்பையில் கூடிய அகில இந்திய காங்கிரஸ் குழுவில் காந்தியடிகள் பின்வருமாறு இந்திய மக்களுக்கு அறை கூவல் விடுத்தார்.

'செய் அல்லது செத்துமடி' என்பதே நாம் வழங்கும் மந்திரம். நாம் இந்தியாவை அடிமைத் தனத்திலிருந்து விடுவிக்க வேண்டும் அல்லது அப்போரில் செத்து மடிய வேண்டும் நாம் அடிமைகளாக வாழக் கூடாது.

வெள்ளையனே வெளியேறு எனும் வரலாற்றுப் புகழ் பெற்ற தீர்மானத்தை பண்டித நேரு அகில இந்திய காங்கிரஸ் குழுக் கூட்டத்தில் முன் மொழிந்து பேசினார். ஆங்கில அரசு உடனே விடுதலை வழங்காவிட்டால் காந்தியடிகளின் தலைமையில் தனிப் பெரும் அறவழியில் பொதுமக்கள் இயக்கம் நடத்தப்படும் என்று ஆங்கில அரசுக்கு எச்சரிக்கை விடப்பட்டது.

தீர்மானத்தை வழிமொழிந்து சர்தார் வல்லபாய் படேல் இந்திய மக்களைப் பார்த்து அறைகூவல் விடுத்தார்.

'ஜப்பான் இந்தியா மீது படை எடுப்பதை நாங்கள் ஆதரிப்பதாக பிரச்சாரம் செய்யப்படுகிறது. எங்களுக்கு ஜப்பானைப் பற்றியும் தெரியும். முதலில் பிரிட்டிஷ் அரசு வெளியேறட்டும். ஜப்பானை எப்படி எதிர்கொள்வது என்பது பற்றி நாங்கள் பிறகு சிந்தித்துக் கொள்கிறோம்' என்றார் படேல்.

ஆகஸ்டு 9ம் தேதி காந்தியடிகள், படேல், கிருப்ளானி முதலிய தலைவர்கள் கைது செய்யப்பட்டனர்.

அகமத் நகர் கோட்டைச் சிறைக்கு படேல் கொண்டு செல்லப் பட்டார். காந்தியடிகள புனேவிலுள்ள ஆகாகான் அரண்மனையில் சிறை வைக்கப்பட்டார். நேரு அகமத் நகர் கோட்டையில் சிறை வைக்கப்பட்டார்.

18. நேருவைப் பற்றி படேல்

சர்தார் வல்லபாய் படேல் காந்திஜியின் பிரதான சீடராகவும் சத்தியாக்கிரப் போரின் வீரத்தளபதியாகவும் தம் வாழ்க்கையின் இறுதிநாள் வரை முழுமையாக அர்ப்பணித்தார்.

நேருவுக்கும் படேலுக்குமிடையே கருத்து வேறுபாடுகள் இருந்த போதிலும் படேல் நேரு மீது உயரிய மதிப்பு கொண்டிருந்தார் என்பது பல்வேறு நிகழ்வுகளின் கூற்றில் உறுதிப்பட தெரிகிறது.

'நேரு மக்களிடையே ஓர் உன்னதமான லட்சிய புருஷர். நாட்டின் நிகரற்ற தலைவர் நேர்மையான உறுதிமிக்க போர் வீரர். தமது முப்பதாவது வயதில் உத்தரப் பிரதேச விவசாயிகளின் போராட்டத்தை நடத்தி அப்புரட்சித் தீயில் புடமிட்டு எடுக்கப் பட்டவர் நேரு. நாளடைவில் சாத்வீகப் போராட்டத்தில் பயிற்சி பெற்று அக்கலையை நன்கு கற்றுணர்ந்தார்.

காந்திஜி மறைந்த இரண்டாண்டுகளுக்கு பின் 1950ல் அக்டோபர் 2ம் தேதி காந்தி ஜெயந்தியன்று, நமது தலைவர் பாபுஜி அவருடைய

ஆயுட்காலத்திலேயே தமது வாரிசு நேரு எனத் தெரிவித்தார்.

இதை அவர் பிரகடனப்படுத்தியதால் பாபுவுடைய சிப்பாய்களாகிய நாம் எல்லோரும் அவருடைய கட்டளையை நிறைவேற்றுவது நமது கடமையாகும்.

இதை யாராவது இதயப்பூர்வமாக ஏற்றுக் கொள்ளாவிட்டால் அவன் கடவுள் முன்னிலையில் பாடியாவான்.

நான் வகிக்கும் பதவி பற்றி எனக்கு எவ்வித கவலையும் கிடையாது. ஆனால் எனக்கு ஒன்று மட்டும் தெரியும். பாபுஜி என்னை எந்த இடத்தில் வைத்தாரோ அந்த இடத்திலேயே இருப்பேன்' என்று உறுதியளித்தார் படேல்.

மற்றோர் நிகழ்வில் பேசும்போது படேல், "உலகில் மிகச் சிறந்த மனிதர்கள் கூடியுள்ள அவையிலும் தனித்து ஒளிவீசக் கூடிய விசேஷக் கவர்ச்சி உடையவர். அவருடைய பெருமையையும் மகத்தான சக்தியையும் எடுத்துக் கூற இந்த வார்த்தைகள் போதாது. சுருக்கமாக எல்லாவற்றையும் கூறுவதும் எளிதல்ல. அவரது குண நலன்களும் சாதனைகளும் எல்லைக் கோடிட்டு காட்டக் கூடியவையும் அல்ல. சில சமயங்களில் அவருடைய எண்ணங்கள் ஆழம் காண முடியாதவையாக இருக்கும். ஆயினும் உள்ளத்தூய்மை அதிலே தெளிவாக புலப்படும். ஜாதி மத வேறுபாடின்றி எல்லோருக்கும் பிரியமானவராக செய்தது இதுதான்."

"நேருவினுடைய சொற்கள் ஓடிவந்த மனங்களுக்கு உற்சாகமூட்டுகின்றன. இருளை ஊடுருவிக் கொண்டு கணீரென்று ஒலிக்கின்றன. ஏங்கிக் கிடப்பவர்களுக்கு நம்பிக்கை ஒளி பாய்ச்சுகின்றன. ஆடம்பரமான வார்த்தைகள், அலங்காரச் சொற்கள் அதிக ஓசையோடு கூடிய வாக்கியங்கள் ஆகியவற்றை அவர் கையாளுவதில்லை."

19. விமான விபத்து

1949 மார்ச் 29ம் தேதி ஜெய்ப்பூர் செல்ல விமானப்படை விமானத்தில் பயணம் செய்தார் படேல்.

ஜெய்ப்பூரை நெருங்கி விட்ட நிலையில் விமானத்தில் பழுது ஏற்பட்டு விட்டது. ஆனாலும் சாமர்த்தியமாக பைலட் விமானத்தை ஆற்றுப் படுகையில் இறக்கி விட்டார்.

இரவு நேரம் அது. வானத்தின் நட்சத்திரங்கள் படேலை மிகவும் ஆச்சர்யத்துடன் பார்த்து கண்சிமிட்டிக் கொண்டிருந்தன.

வல்லபாய் படேல் அமைதியாக ஆற்றுப் படுகையில் மூன்று மணி நேரம் அமர்ந்திருந்தார். பின்னர் அந்த வழியாக வந்த உயர் அதிகாரி ஒருவர் விபத்தை கேள்விப்பட்டு தன் காரில் அனைவரையும் அவருடன் வந்தவர்களையும் ஜெய்ப்பூருக்கு அழைத்துச் சென்றார்.

வல்லபாய் படேல் விபத்தில் சிக்கிய செய்தி இதனிடையே நாடு முழுவதும் பரவி விட்டது. மக்கள் அதிர்ச்சி அடைந்தனர். ஜெய்ப்பூரில் சர்தாரை நேரில் பார்த்த பிறகு தான் அனைவரும் நிம்மதிப் பெருமூச்சு விட்டனர்.

வல்லபாய் விபத்து நடந்த இரண்டு நாட்களுக்குப் பிறகு நாடாளு மன்றக் கூட்டத்தில் கலந்து கொள்ளச் சென்றார். உறுப்பினர்கள் அனைவரும் கரகோஷமிட்டு வாழ்த்தினர்.

'சர்தாரை விபத்திலிருந்து காப்பாற்றியதற்காக இறைவனுக்கு நன்றி செலுத்துகிறோம். இதைத் தெரிவிப்பதன் மூலம் நாடாளுமன்ற உறுப்பினர்களின் உணர்வுகளை மட்டுமல்ல நாட்டு மக்களின் உணர்வுகளையும் நான் எதிரொலிக்கிறேன். அவர் நீண்ட நாள் உடல் நலத்துடன் வாழப் பிரார்த்திக்கிறோம்' என்று நாடாளுமன்ற அவைத் தலைவர் வாழ்த்தினார்.

நாடாளுமன்ற அவை தம்மை வாழ்த்தியதை கேட்டு வல்லபாய் படேல் மன நெகிழ்ச்சியுடன் "இன்றைக்கு என் மீது பொழியப்

பட்ட அன்பும் கனிவும் நான் உயிருள்ளவரை என் நினைவில் நீங்காமல் இருக்கும்" என்று பதில் உரைத்தார்.

அதன் பின்னர் நாடாளுமன்ற உறுப்பினர்கள் சர்தார் படேலுக்கு ஒரு பாராட்டுக் கூட்டம் நடத்தினர். அவ்விழாவில் உறுப்பினர்கள் சார்பில் வெள்ளியால் செய்யப்பட்ட சிறிய விமானம் ஒன்றைப் பரிசாக நேரு வழங்கினார்.

அந்தப் பரிசை உடனடியாக வல்லபாய் படேல் விமானப் படைக்கு தந்து விட்டார்.

20. கருத்து வேறுபாடுகளும் காந்தியின் மரணமும்

இந்தியா 1947 ஆகஸ்டு 15ல் விடுதலை பெற்றதும் அரசியல் அதிகாரம் உச்சமட்டத்தில் பண்டித நேரு, சர்தார் படேல் இருவரிடம் நிலவியது.

1946 மே மாதம் பதினைந்து மாநில காங்கிரஸ் குழுக்களில் 12 மாநில காங்கிரஸ் குழு படேலின் பெயரை அகில இந்திய காங்கிரஸ் குழுத்தலைவருக்கு முன் மொழிந்தன.

சாதாரண நிலையில் படேல்தான் அகில இந்திய காங்கிரஸ் குழுத் தலைவராகத் தேர்ந்தெடுக்கப்பட்டிருப்பார்.

ஆனால் இந்திய விடுதலை வெகு அண்மையில் வரப் போவதால் பல்வேறு சூழ்நிலைகளை அனுசரித்து காந்தியடிகள் பண்டித நேரு அகில இந்திய காங்கிரஸ் குழுத் தலைவராகவும் பின்னர் விடுதலை பெற்ற இந்தியாவின் பிரதமாகவும் வர வேண்டும் என்று விரும்பினார்.

காந்தியடிகள் சொல்லை என்றுமே மீறாத படேல் இச்சமயத்திலும் பிரதமர் போட்டிக்கு நேருவுக்கு வழிவிட்டார்.

ஒன்றுபட்ட இந்தியாவை உருவாக்க பாடுபட்ட படேல் தனது பதவியைப் பற்றி கவலைப்படவில்லை.

நேருவும் படேலை மிக உயர்ந்த மதிப்போடு நடத்தினார். விடுதலை பெற்ற இந்தியாவில் படேல் மிக முக்கியத்துவம் வாய்ந்த உள்துறை சுதேச சமஸ்தானங்கள், செய்தி ஒலி பரப்புத்துறை அமைச்சராக விளங்கினார். 1947 ஆகஸ்ட் 24ல் படேல் துணைப் பிரதமராக நியமிக்கப்பட்டார்.

நேருவுக்கும் படேலுக்குமிடையே சிறு சிறு கருத்து வேறுபாடுகள் இருந்தாலும் நாட்டுப்பண் ஆழமான நாட்டுப்பற்று இருவரையும் ஒன்றாக இணைத்தது.

காங்கிரசிலுள்ள சில மதவாதப் பிற்போக்கு சக்திகள் நேருவுக்கும் படேலுக்குமிடையே பிளவு ஏற்படுத்துவதில் ஈடுபட்டன.

காங்கிரசிலுள்ள சில முஸ்லீம் தலைவர்கள் படேலின் பேச்சுக்களில் சிலவற்றை அவர் பேசிய இடம், காலம், சூழ்நிலை இவற்றிலிருந்து பிரித்து எடுத்துக் கொண்டு காந்தியடிகளிடமும் பிரதமர் நேருவிடமும் புகார் செய்தனர்.

'சர்தார் படேல் முஸ்லீம்களின் நாட்டுப்பற்றை ஐயப்படுகிறார். ஆர்.எஸ்.எஸ். இயக்கம் முஸ்லீம்களை அச்சுறுத்துவதை ஊக்குவிக் கிறார்' என்றெல்லாம் குற்றம் சாட்டினார்கள்.

ஆனால் சர்தார் உள்ளொன்று வைத்து புறமொன்று பேசாதவர். நியாயம் என்று பட்டதை அச்சம் தடையின்றி எடுத்துச் சொல்பவர்.

1948 ஜனவரி 3ம் தேதி ஐந்து லட்சம் மக்கள் கலந்து கொண்ட கல்கத்தா பொதுக்கூட்டத்தில் படேல் பின்வருமாறு பேசினார்.

'இந்தியா சமய சார்பற்ற நாடாக இருக்கப் போகிறதா அல்லது இந்து நாடாக இருக்கப் போகிறதா என்ற கேள்வியில் இந்து நாடு என்ற பேச்சுக்கே இடமில்லை. ஆனால் அதே நேரத்தில் ஒரு உண்மை மறுக்க முடியாத ஒன்று. இந்தியாவில் 4 ½ கோடி முஸ்லீம்கள் வாழ் கின்றனர். இவர்களில் பெரும்பாலோர் பாகிஸ்தான் பிரிவினையை ஆதரித்தவர்கள் என்பதை மறுக்க முடியாது. அவர்களெல்லாம் ஒரே நாளில் இந்தியாவிற்கு விசுவாச முள்ளவர்களாக மாறிவிட்டார்கள் என்று எப்படி ஒப்புக் கொள்ள முடியும்?'

மூன்று நாட்கள் கழித்து லக்னோவில் இதே கருத்தை வலியுறுத்தி பேசினார். ஜின்னாவின் இருதேசக் கொள்கையை தீவிரமாக ஆதரித்த முஸ்லீம்கள் எல்லாம் பாகிஸ்தானுக்கு செல்லாமல் இந்தியாவிலேயே தங்கி விட்டனர். அத்தகைய அரசியல் சந்தர்ப்பவாதிகளைப் பார்த்து படேல் பின்வருமாறு கேள்விகளைத் தொடுத்தார்.

“இந்திய முஸ்லீம்களை ஒரு கேள்வி கேட்க விரும்புகிறேன். அண்மையில் கூடிய அனைத்து இந்திய முஸ்லீம் மாநாட்டில் நீங்கள் ஏன் காஷ்மீர் பிரச்சனையில் உங்கள் கருத்தை முன் வைக்கவில்லை?

நான் திறந்த உள்ளத்தோடு கூறுகிறேன். நீங்கள் ஒரே சமயத்தில் இரு குதிரைகளின் மீது சவாரி செய்ய முடியாது. நீங்கள் ஒரு குதிரையை தேர்ந்தெடுங்கள்.

பாகிஸ்தானுக்கு குடிபெயரும் முஸ்லீம்கள் அங்கு சென்று அமைதி யாக வாழலாம். எங்களை இந்தியாவில் அமைதியாக வாழ விடுங்கள்.”

படேலின் இந்த மனம் திறந்த பேச்சு நேருவுக்கு பலத்த அதிர்ச்சியைத் தந்தது. நேரு உடனடியாக காந்தியடிகளிடம் படேல் பற்றி புகார் தெரிவித்தார். ஆனால் படேலின் பேச்சை நடுநிலையாளர்கள் அனைவரும் ஆதரித்தனர்.

தீவிரவாத இந்துக்களால் தங்களுக்கு பாதுகாப்பு இல்லாத சூழ்நிலை உருவாகி உள்ளதாக டெல்லியிலுள்ள முஸ்லீம்கள் புகார் கூறினார்.

காந்தியடிகள் இந்து முஸ்லீம் மக்களிடையே தோழமையையும் ஒற்றுமையையும் ஏற்படுத்த 1948 ஜனவரி 13ம் தேதியிலிருந்து காலவரையற்ற உண்ணா நோன்பு மேற்கொண்டார்.

அனைத்து சமய மக்களிடையே இயல்பான தோழமை உணர்வு ஏற்பட்டால் தான் உண்ணா நோன்பை முடிப்பேன் என்று காந்தி யடிகள் உறுதி மேற்கொண்டார்.

சர்தார் வல்லபாய் படேல் எழுபத்தெட்டு வயதான காந்தியடி களிடம் உண்ணா நோன்பை கைவிட வேண்டிக் கொண்டார்.

ஆனால் காந்தியடிகள் பிடிவாதமாக இருந்தார்.

நாடு முழுவதும் காந்தியடிகளின் உடல்நிலையைப் பற்றி ஆழ்ந்த கவலையுற்றிருந்தது. அகில இந்திய காங்கிரஸ் குழுவின் தலைவர் டாக்டர் ராஜேந்திர பிரசாத் தன் இல்லத்தில் பல்வேறு சமயத் தலைவர்களின் கூட்டத்தை கூட்டினார்.

சமய நல்லிணக்கத்திற்கு தங்கள் உயிரையும் பணயம் வைத்துப் பாடுபடுவதாக அவர்களிடம் உறுதிமொழி பெற்று கூட்டறிக்கை வெளியிடச் செய்தார். இதன் பிறகு காந்தியடிகள் ஆறாம் நாள் தன் உண்ணா விரதத்தை கைவிட்டார்.

ஆனால் காந்தியடிகளின் உண்ணாவிரதம் எதிர்பாராத விளைவு களை தோற்றுவித்தது. கலவரத்தை தூண்டிவிடும் முஸ்லீம் சமூக விரோதிகளுக்குக் கூட ஏன் அரசு பாதுகாப்பு அளிக்க வேண்டும் என்று இந்து மகாசபை ராஷ்ட்ரீய சுயம் சேவக் போன்ற தீவிரவாத இந்து மத அமைப்புகள் கேள்வி எழுப்பின.

காந்தியடிகள் உண்ணாவிரதம் முடித்த இரு நாட்கள் கழித்து அவரின் பிரார்த்தனை கூட்டத்திற்கு அருகில் வெடிகுண்டு வீசப் பட்டது.

சர்தார் படேல் இந்நிகழ்ச்சி குறித்து மிகவும் கவலைப்பட்டார். காந்தியடிகளுக்கு கொடுத்து வந்த பாதுகாப்பை வலுப்படுத்தினார்.

காவல்துறையினர் பிரார்த்தனைக் கூட்டத்தில் கலந்து கொள்ளும் ஐயத்திற்குரிய நபர்களை சோதனையிட காந்தியடிகளிடம் அனுமதி கோரினர். அதற்கு காந்தியடிகள் ஒப்புதல் மறுத்தார்.

1948 ஜனவரி 30ம் நாள் மாலை சர்தார் படேல் காந்தியடிகளைச் சந்தித்து மத்திய அமைச்சரவையிலிருந்து விலக அனுமதி கோரினார்.

மவுலானா ஆசாத் உட்பட சில தலைவர்கள் தனக்கும் நேருவுக்கும் இடையே பிளவு ஏற்படுத்த விரும்புகின்றனர் என்று படேல் கூறினார். காந்தியடிகள் படேலின் குறைகளை அமைதியாக கேட்டுக் கொண்டார்.

"நான் முன்பு நேரு படேல் இருவரில் ஒருவர் அமைச்சர் பதவியில் இருந்து விலக வேண்டும் என்று எண்ணினேன். ஆனால் இப்போதுள்ள சூழ்நிலையில் இருவருமே அமைச்சரவையில் இருக்க வேண்டும் என்ற உறுதியான முடிவுக்கு வந்து விட்டேன். இன்று மாலை பிரார்த்தனைக்கு பின் நடக்கும் கூட்டத்தில் இதே கருத்தைப் பற்றி நான் பேசப் போகிறேன்" என்று படேலுக்கு பதில் அளித்தார் காந்திஜி.

சர்தார் வல்லபாய் படேல் காந்தியடிகளின் விருப்பப்படியே அமைச்சரவையில் இருந்தபடி நேருவுக்கு முழு ஒத்துழைப்பு அளிப்பதாக உறுதி கூறினார். காந்திஜி மன நிம்மதி அடைந்தார். படேல் மனநிறைவுடன் விடைபெற்றார்.

காந்தியடிகள் தன் அறையிலிருந்து பிரார்த்தனை கூட்டம் நடைபெறும் திறந்தவெளிக்கு நடக்கலானார்.

கூட்டத்திலிருந்து நாதுராம் கோட்சே என்ற மகாராட்டிர பிராமண இளைஞன் காந்தியடிகளை வணங்குவதுபோல முன்னால் வந்தான். உடனே தன் கைத்துப்பாக்கியை எடுத்து காந்தியடிகளின் மார்பில் மூன்று முறை சுட்டான். 'ஹே ராம்' என்ற கடைசிச் சொல்லை உச்சரித்தபடி காந்தியடிகள் கீழே சாய்ந்தார்.

மாலை 5 மணிக்கு காந்தியடிகளிடம் இருந்து விடைபெற்றுக் கொண்டு தன்னுடைய புதல்வி மனிஸன்னுடன் வீட்டிற்கு சென்று செய்தித்தாளைப் படித்துக் கொண்டிருந்தார் படேல்.

அச்சமயம் காரில் வந்து இறங்கிய மகாத்மாவின் உதவியாளர் பிரிஜ் கிருஷ்ணா காந்திஜி சுடப்பட்ட செய்தியைக் கூறியதும் படேல் அலறினார். உடனே படேலும் மகளும் அதே காலிலேயே புறப் பட்டனர்.

படேல் பிர்லா மாளிகைக்கு போய்ச் சேர்ந்த போது மகாத்மா காந்திஜியைத் தரை விரிப்பில் கிடத்தி இருந்தார்கள். பகவத்கீதை ஒலித்துக் கொண்டிருந்தது.

படேல் மவுனமாக மகாத்மாவின் காலடியில் அமர்ந்தார். சற்றைக்கெல்லாம் ஜவஹர்லால் விரைந்து வந்தார்.

துக்கம் பீறிட்டுக் கொண்டுவர, படேலின் மடியில் தலையை வைத்து நேரு குலுங்கிக் குலுங்கி அழுதார்.

மவுண்ட் பேட்டன் படேலையும் நேருவையும் அணைத்தபடி 'காந்திஜியின் கடைசி ஆசை நீங்கள் இருவரும் ஒற்றுமையாக இருக்க வேண்டும் என்பது தான் அதை நிறைவேற்றுவது உங்கள் இருவரின் பொறுப்பு' என்றார்.

மூவரும் சற்று நேரம் அமைதியாக இருந்தனர். பின்னர் நேருவும் படேலும் கலங்கிய கண்களுடன் பார்வையைப் பகிர்ந்து கொண்டனர். பின்னர் இருவரும் ஒருவரையொருவர் தழுவிக் கொண்டனர்.

காங்கிரசுக்கு உள்ளேயும் வெளியேயும் இருந்த படேலின் எதிரிகள், மகாத்மா சுடப்பட்டதற்கு அமைச்சகத்தின் கவனக்குறைவே காரணம் என்று கூறத் தொடங்கினர்.

ஸ்டேட் ஸ்மென் பத்திரிகை மகாத்மாவுக்கு பாதுகாப்பு அளிக்கத் தவறிய படேல் உடனடியாக பதவி விலக வேண்டும் என்று எழுதியது.

சோஷலிஸ்டுகளை விமரிசிப்பவரான படேல் ஜெயப்பிரகாஷ் நாராயணனின் கண்டனத்திற்கு ஆளானார்.

பொறாமைச் சேற்றில் உழன்று கொண்டிருந்தவருக்கு சேற்றை வாரி இறைக்க வாய்ப்பு கிடைத்தது.

படேல் உடனடியாக பதவி விலகல் கடிதத்தை தயாரித்தார். ஆனால் படேலின் செயலாளராக வித்யா சங்கர் அதனை அனுப்பவில்லை. அவசரப்படாதீர்கள். இந்த அலை விரைவில் அடங்கிவிடும் எனக் கூறி படேல் திரும்பப் பெற வைத்து விட்டார்.

மறுநாளே நேருவிடமிருந்து படேலுக்கு ஒரு கடிதம் வந்தது.

'வதந்திகளையும் சில சந்தர்ப்பவாதிகளின் குற்றச் சாட்டுகளையும் கருத்தில் கொள்ள வேண்டாம். நமக்குள்ளே பிளவை உண்டு பண்ணவே சிலர் காத்திருக்கிறார்கள். இந்த முயற்சியை நாம் கூட்டாக முறியடிக்க வேண்டும்' என்றார்.

காயம்பட்ட படேலின் மனதுக்கு நேருவின் கடிதம் ஆறுதலைத் தந்தது. உடனே அதற்கு நன்றி தெரிவித்து கடிதம் எழுதினார் படேல். முதன்முதலாக படேல் 'எனது தலைவர்' என்றும் அக்கடிதத்தில் குறிப்பிட்டிருந்தார். குழம்பிய குட்டையில் மீன் பிடிக்க காத்திருந்தவர்கள் ஏமாற்றமடைந்தனர்.

முப்பதாண்டு காலம் தொடர்பு கொண்டிருந்த ஒப்பற்ற தலைவராக மகாத்மாவின் மறைவு படேலை உடல் ரீதியாகவும் பாதித்தது. 1948 மார்ச் 5ம் தேதி பகல் உணவு அருந்திக் கொண்டிருந்தபோது அவருக்கு இதயவலி ஏற்பட்டது. எனவே சில வாரங்கள் அவர் மருத்துவக் கண்காணிப்பில் இருந்தார்.

1948 ஜூன் மாதத்தில் மவுண்ட் பேட்டன் விடைபெற வேண்டி இருந்தது. அப்போது மேற்குவங்க கவர்னராக இருந்த ராஜாஜியை கவர்னர் ஜெனரலாக பொறுப்பேற்குமாறு நேருவும் படேலும் கேட்டுக் கொண்டனர்.

அதன்படி 21.6.1948 அன்று இந்தியாவின் கவர்னர் ஜெனரலாக ராஜாஜி பொறுப்பேற்றார். இராஜாஜியின் வரவு அவ்வப்போது நேரு, படேல் இருவரின் பிரச்சனைகளை சரி செய்ய பெரிதும் பயன்பட்டது.

21. சோசலிஷம் என்பது வெற்றுக் கூச்சல்

1950 ஏப்ரல் மாதம் 8ம் தேதி இந்தியா - பாகிஸ்தான் பிரதமர்களிடையே ஓர் ஒப்பந்தம் ஏற்பட்டது. அதனால் ஏற்பட்ட குழப்பங்களையும் ஏமாற்றங்களையும் பேசித்தீர்க்க வல்லபாய் படேல் உடல்நலம் பாதிக்கப்பட்ட சூழ்நிலையிலும் பாடுபட்டார். விடுதலைக்குப் பின் காங்கிரஸ் உறுப்பினர்களிடையே ஒற்றுமை குறைந்து வருவது கண்டு வல்லபாய் மனம் வருந்தினார். 'முதலமைச்சர்களும் மாநில காங்கிரஸ் தலைவர்களும் கூட எதிர்

எதிராக வேலை செய்கின்றனர். நமது நாடு பொருளாதாரத் திட்ட மின்மையால் பாதிக்கப்படவில்லை. திட்டத்தை முழுமையாக அமல்படுத்தாததால் தான் நாம் பாதிக்கப்படுகிறோம். நாம் பெற்ற சுதந்திரம் குழந்தைப் பருவத்தில் இருக்கிறது.

இப்போது ஒவ்வொரு காங்கிரஸ் தொண்டரும் இயக்கத்திற்கு ஆதரவாயிருந்து அதைக் காப்பாற்ற வேண்டியது நமது புனிதமான கடமையாகக் கொள்ள வேண்டும். இதை நாம் உணரவில்லை' என்று படேல் காங்கிரஸ் மாநாட்டில் டெல்லியில் 1950 ஏப்ரல் 26ம் நாள் பேசினார்.

அக்டோபர் மாத இறுதியில் வல்லபாய் அகமதாபாத்துக்கு சென்றார். அங்கு அவரின் 75வது பிறந்த நாள் விழா கோலாகலமாக கொண்டாடப்பட்டது. மக்கள் மிகுந்த உற்சாகத்துடன் அவரை ஊர்வலமாக அழைத்துச் சென்றனர்.

அவர் வருகின்ற வழியில் மலர் தூவி வரவேற்றனர். நகர மக்கள் சார்பில் வல்லபாய்க்கு பதினைந்து லட்ச ரூபாய் பணமுடிப்பு வழங்கப்பட்டது. படேல் சிறந்த அரசியல் மேதை என்று மக்கள் புகழ் மாலை சூட்டினர்.

22. நேருவின் தோளில் பெரியசுமை இருக்கிறது!

தனிமனித எல்லைப் படையாக இருந்து நாட்டைக் காத்தவர் என்று மவுண்ட் பேட்டன் பிரபுவால் பாராட்டப்பட்டவர் வல்லபாய் படேல்.

புதிய இந்தியாவை ஒருங்கிணைத்தவர், நிர்மாணித்தவர் என்று வரலாறு பதிவு செய்யும் என்று நேரு அவர்கள் கண்ணீர் மல்க படேலின் இறுதி அஞ்சலியில் தெரிவித்தார்.

அழியாத உத்வேகம், மங்காத தைரியம், நீங்காத நம்பிக்கை, ஓய்ந்து போகாத பலம் இவற்றின் அவதாரமாக வல்லபாய் திகழ்ந்தவர் என்று மூதறிஞர் ராஜாஜி தமது இரங்கல் செய்தியில் குறிப்பிட்டார்.

மன உறுதியில் உடைக்க முடியாத உருக்கு என்று மௌலானா அபுல்கலாம் ஆசாத் புகழாரம் சூட்டினார்.

வல்லபாய் படேல் நேரத்தை நெறிப்படுத்தி வாழ்ந்தவர். விடுதலை பெற்ற இந்தியாவை எல்லா துறைகளிலும் முன்னேற்ற விரைந்து பாடுபட்டவர். அவரது நடவடிக்கைகளில் வேகமும் விவேகமும் கலந்து காணப்பட்டது.

காலைச் சூரியன் கண் விழிப்பதற்கு இரண்டு மணிநேரம் முன்பாக எழுந்து விடுவார். உடம்புக்கும் உள்ளத்துக்கும் புத்துணர்ச்சி அளிக்க நடைப்பயிற்சி மேற்கொள்வார். நடைப்பயிற்சியின் போது சாலையின் பக்கங்களில் பலரும் அவரைக் காண வருவார்கள். தங்கள் குறைகளைக் கூறுவார்கள். படேலும் அவற்றை பொறுமையுடன் கேட்டவாறே நடப்பார்.

குறைகளை முடிந்த வரை சம்பந்தப்பட்ட துறை அலுவலர்களுக்கு அனுப்பி வைப்பார். பிரச்சனைகளை தீர்த்து வைப்பார். காலை ஏழு மணிக்கு இல்லம் திரும்பி விடுவார்.

செய்திதாள்களைப் படித்து விட்டு நாட்டு நடப்புகளை அறிந்து கொள்வார். இல்லத்திலும் பொதுமக்களை சந்தித்து குறைகளைக் கேட்டு களைவார்.

காலை எட்டு மணிக்கு சிற்றுண்டி. காலை பதினோறு மணிக்கு அலுவலகம் புறப்பட்டு விடுவார். இரவு 7.30 இரவு உணவு. அதன் பிறகு இரவு பத்துமணி அல்லது பத்தரை மணி அளவில் படுக்கச் சென்று விடுவார். இது படேலின் தினசரி வாழ்க்கை முறையாயிற்று.

படுக்கச் செல்லும் முன்பாக சில மாநில முதல்வர்களுடன் தொலைபேசியில் உரையாடுவார். அவருடைய செயலாளர்கள் வி.பி.மேனன், எச்.வி, ஆர்.ஐயங்கார், வி.சங்கர் ஆகியோருடன் முக்கிய செய்திகள் ஏதேனும் இருந்தால் அவற்றை கேட்டறிந்து தேவையான ஆலோசனைகளையும் கூறுவார்.

அளவுக்கு மீறிய உழைப்பின் காரணமாக வல்லபாய் படேலின் உடல்நலம் பாதிக்கப்பட்டது. படேல் தனது உடல்நலத்தை லட்சியம் செய்யவில்லை.

'இன்னும் இந்த நாட்டிற்கு நான் ஆற்ற வேண்டிய பணிகள் ஏராளம் உள்ளன' என்ற துடிப்போடு அந்த வயதிலும் இளைஞனின் சுறுசுறுப்போடு அவர் இந்தியாவை வலம் வந்தார்.

காந்தியடிகளின் மறைவு படேலின் மனதில் தீராத துயரத்தை ஏற்படுத்தி விட்டது.

'உங்கள் மறைவுக்குப் பின்னால் நான் உயிர்வாழ விரும்பவில்லை. நாம் இருவரும் ஒன்றாக இயற்கை எய்த வேண்டும் என்று நான் இறைவனைப் பிரார்த்திக்கிறேன்' என்று படேல் ஒருமுறை காந்திஜி யிடம் கூறியுள்ளார்.

'என் வாழ்வின் இறுதி நெருங்கிக் கொண்டிருக்கிறது' என்று வல்லபாய் படேல் தன் நண்பர்களிடம் கூறிக் கொண்டிருந்தார்.

அந்த நிலையிலும் தன் அலுவலக உயர் அதிகாரிகளிடம் அவர் களுக்குத் தேவையான ஆலோசனைகளை நல்கினார் படேல்.

மும்பை புறப்படுவதற்கு இருந்த படேலை இராஜேந்திர பிரசாத்தும், நேருஜியும் வழியனுப்பி வைக்க வந்தனர்.

அந்தச் சூழலில் சர்தார் கூறிய கடைசி வார்த்தைகள்.

'ஜவஹர்லால் ஜியின் தோளில் பெரிய சுமை இருக்கிறது' என்பது தான். அதற்குப் பிறகு அவர் எதுவும் பேசவில்லை.

இரவு நேரங்களில் உடல்நலக்குறைவு காரணமாக தூங்க முடியாமல் மிகுந்த அவதியுற்று வந்தார் படேல்.

நவம்பர் கடைசி வாரத்தில் ஒருநாள் தந்தையின் படுக்கையைச் சரிசெய்யும் போது போர்வையில் இருந்த ரத்த துளிகளை பார்த்து மகள் மனிஸன் திடுக்கிட்டார்.

டாக்டர் சுசிலா நாயர் மற்றும் மருத்துவர்கள் வந்து பார்த்தனர். இரவு பகலாக சிகிச்சை நடந்து வந்தது.

ஜவஹர்லால் நேரு வந்து பார்த்தபோது 'பேசக் கூடிய தெம்பு வந்தால் உங்களிடம் மட்டுமே பேசுவேன்' என்றார் படேல்.

இதைப் பேசுவதற்குள் பலவீனம் அடைந்தார். காட்கில் வந்து பார்த்தபோது ‘என்ன பிரச்சனை வந்தாலும் ஜவஹரை விட்டு விடாதீர்கள்’ என்றார் படேல்.

மருத்துவ ஆலோசனைப்படி டிசம்பர் 12ம் தேதி பம்பாய்க்கு அவரை எடுத்துச் செல்வது என்று முடிவாயிற்று.

விமான நிலையத்தில் நேரு, ராஜேந்திர பிரசாத், ராஜாஜி, காட்கில், கன்ஷ்யாம் தாஸ், மேனன் ஆகியோர் குழுமியிருந்தனர். பம்பாயில் பிர்லா இல்லத்திற்கு கொண்டு செல்லப்பட்டார்.

டிசம்பர் 15ம் தேதி அதிகாலை மூன்று மணிக்கு மீண்டும் மாரடைப்பு ஏற்பட்டது. உடனே நினைவிழந்தார். காலை ஏழு மணிக்கு கண் விழித்துப் பார்த்தார்.

‘கொஞ்சம் தண்ணீர் தருகிறாயா?’ என்று புதல்வியிடம் கேட்டார். மனிஸன் கங்கை நீரில் சிறிது தேன் கலந்து கொடுத்தார்.

‘இனிப்பாக இருக்கிறது’ என்று சொன்னபடி படேல் மீண்டும் நினைவிழந்தார். காலை 9.37 மகன், மகள், மருமகள், பேரன், செயலாளர் சங்கர், ராமேஸ்வர்தாஸ் பிரீலா மற்றும் அவரது குடும்பத்தினர் சூழ்ந்திருக்க படேல் இயற்கை எய்தினார்.

முன்பு படேல் தானே ராட்டை நூற்று நெய்திருந்த ஒரு கதர் சால்வையை மனிஸன் பத்திரமாக எடுத்து வைத்திருந்தார். தந்தையின் உடலில் அதைப் போர்த்தினார்.

ஜவஹர்லால் நேரு, ராஜேந்திர பிரசாத், ராஜாஜி ஆகியோர் டெல்லியிலிருந்து விரைந்து வந்தனர். ஏராளமானோர் அஞ்சலிக்காக குழுமினர்.

இந்திய நாடே அதிர்ச்சியில் உறைந்தது. மக்கள் அனைவரும் துக்கத்தில் கதறி அழுதனர்.

பாராளுமன்ற நடவடிக்கைகள் யாவும் ஒத்தி வைக்கப்பட்டன.

‘சர்தார் வல்லபாய் படேல் புதிய இந்தியாவின் சிற்பி. நமக்கு இடையூறு வந்த போதெல்லாம் நமக்கு உதவி புரிந்த நண்பர், நமக்கு

ஆலோசனை தேவைப்பட்டபோது எஃகு கோட்டையாக விளங்கிய அவரை நாடிச் சென்றுள்ளோம்' என்று நாடாளு மன்றத்தில் பிரதமர் நேரு இரங்கல் செய்தியில் குறிப்பிட்டார்.

சர்தாரின் உடல் சௌபட்டியில் எரியூட்டப்பட ஏற்பாடு செய்யப்பட்டது. ஆனால் படேலின் புதல்வி அப்படிச் செய்ய மறுத்து விட்டார்.

'பொதுமக்கள் எரியூட்டப்படும் இடத்திலேயே எனது உடலும் எரியூட்டப்பட வேண்டும்' என்று எப்போதோ தன் தந்தை கூறியதை மனிஸன் நினைவூட்டி அவ்வாறே செய்ய வேண்டுகோள் விடுத்தார்.

வல்லபாயின் மனைவி ஜவேரிபாய், அண்ணன் வித்தல் பாய் ஆகியோரின் உடல்கள் எரியூட்டப்பட்ட அதே இடத்தில் வல்லபாயின் புகழுடம்பும் எரியூட்டப்பட்டது.

படேல் அவர்களின் மறைவுக்குப் பின் 40 ஆண்டுகள் கழித்து 1991ம் ஆண்டு படேலுக்கு 'பாரத ரத்னா' விருது வழங்கி கௌரவிக்கப் பட்டது.